अमर शहीद भगतसिंह हे नाव कुणा भारतीयाला माहीत नाही असे नाही. अगदी लहान वयातच देशभक्ती, आत्मबलिदान, साहस या गुणांनी एक आदर्श व्यक्ती म्हणून त्यांचे उदाहरण घेता येते. एक साधा माणूस या प्रकारच्या आयुष्याची कल्पना ही करु शकणार नाही. भारत राष्ट्र म्हणून तयार करण्यासाठी भगतसिंहांचे योगदान अत्यंत महत्त्वाचे आहे. या त्यांच्या कार्यासाठी भारत त्यांचा कायम ऋणी राहील.

अमर शहीद भगत सिंह यांचे जीवनचरित्र या पुस्तकातून अतिशय समर्पकरित्या मांडले आहे.

मराठी बुक्स

 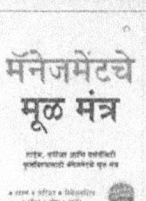   

DIAMOND BOOKS X 30, Okhla Industrial Area, Phase II New Delhi 110020
Tel : 91+11-40712100, 40716600 Fax : 011-41611866

भारताचे महान अमर क्रांतिकारी

भगत सिंह

डॉ. भवान सिंह राणा

डायमंड बुक्स

www.diamondbook.in

© प्रकाशकाधीन

प्रकाशक : डायमंड पॉकेट बुक्स (प्रा.) लि.
X-30 ओखला इंडस्ट्रियल एरिया, फेज-II
नई दिल्ली-110020
फोन : 011-40712200
ई-मेल : wecare@diamondbooks.in
वेबसाइट : www.diamondbooks.in
संस्करण : 2025

Bharat Ke Amar Krantikari Saheed Bhagat Singh (Marathi)
By : Dr. Bhawan Singh Rana

दोन शब्द

अमर शहीद भगतसिंह यांचे नाव कोणत्याही भारतीयाला माहीत नाही असे नाही. अत्यंत लहान वयात अगदी लहान वयातच देशभक्ती, आत्मबलिदान, साहस या गुणांनी एक आदर्श व्यक्ती म्हणून त्यांचे उदाहरण घेता येते. एक साधा माणूस या प्रकारच्या आयुष्याची कल्पना ही करु शकणार नाही. भारत राष्ट्र म्हणून तयार करण्यासाठी भगतसिंहांचे योगदान अत्यंत महत्त्वाचे आहे. या त्यांच्या कार्यासाठी भारत त्यांचा कायम ऋणी राहील.

अगदी थोड्या कालावधीत या वीराने जिवंतपणी तसेच मरणान्त ही इंग्रज सरकारची झोप उडवली होती. असे काय होते त्या तरुणात की मोठ मोठे नेते, राजकीय नेते, यांनाही त्याचा विचार करावासा वाटला. निश्चितच या मोठ्या माणसाची नि:स्वार्थ देशभक्ती, त्याग आणि अद्वितीय साहस हेच याचे कारण असू शकते.

पंजाबात जन्म झाला म्हणून फक्त पंजाबासाठी काम करावे असा त्यांचा दृष्टीकोन नव्हता. तर संपूर्ण भारत आणि सर्व भारतीय हे ते आपले मानत होते. शीख परिवारात जन्म झाला म्हणून ते शीख नव्हते तर ते एक भारतीय होते. एक सरळ साधे माणूस होते. एका साध्या सरळ माणसाचा दृष्टीकोन कधी आपल्या भागापुरता संकुचित राहात नाही. त्यांनी भारताच्या हिताच्या दृष्टीने विचार करून आपले आपले जीवन समर्पित केले.

या पुस्तकाच्या विषया बाबत बोलणे म्हणजे आत्मस्तुती होईल. या लेखनासाठी प्रसिद्ध इतिहासकार डॉ. पट्टाभि सीतारमैया, प्रसिद्ध क्रान्तिकारी व लेखक मन्मथनाथ गुप्ता, श्री. के. के. खुल्लर, मेजर गुरुदेव सिंह दयाल, तसेच श्री. सुरेन्द्र चन्द्र श्रीवास्तव यांचे साहाय्य घेतले आहेत. त्यांचे आभार मानणे हे माझे कर्तव्यच आहे. माझ्या माहितीप्रमाणे मी पुस्तकात सर्व सत्य सांगितले आहे. तरीदेखील काही कमी असेल तर तो माझा दोष आहे. यासाठी मी वाचकांची क्षमा मागतो.

–डॉ. भवान सिंह राणा

(१)

प्रारंभाचे जीवन

या संसारामध्ये प्रत्येक जीव जन्म घेतो आणि मृत्यू पावतो. हे चक्र सतत चालू असते आणिअसेच चालू रहाणार आहे.

कुणाला माहित की किती लोक या दुनियामध्ये आले आणि गेले. पण काही लोक मात्र लोकांच्या सतत मनात हृदयात असतात. ते या दुनियेतून जरी गेलेले असले तरी ते लोकांच्या मनात सतत असतात. असेच एक नाव म्हणजे शहीद भगतसिंग जे भारतीय कधीही विसरु शकणार नाही.

जन्म आणि लहानपण

पंजाबमधील लायलपूर जिल्ह्यातील बंगा या गावात भगतसिंग यांचा जन्म२७ सप्टेंबर १९०७ रोजी झाला. (सध्या हे गाव पाकिस्तान मध्ये आहे.) त्यांच्या जन्माच्यावेळी त्यांचे वडील सरदार किशनसिंग स्वातंत्र्य संग्रामाच्या लढाईमुळे लाहोर जेल मध्ये अटकेत होते. सरदार किशनसिंह यांना दोन लहान भाऊ होते. सरदार अजीत सिंह व सरदार स्वर्णसिंह. त्या वेळेस अजितसिंह मांडले जेल मध्ये तर सरदार स्वर्णसिंह आपल्या भावाबरोबर म्हणजेच सरदार किशनसिंह बरोबर शिक्षा भोगत होते. अशा प्रकारे भगतसिंहाच्या जन्माच्या वेळी त्यांचे वडील व दोन्ही काका स्वातंत्र्यलढ्यामुळे तुरुंगवास भोगत होते. घरी त्यांची आई सौ विद्यावती, आजोबा अर्जुनसिंह व आजी जयकौर होती. बाळ भगतसिंहाचा जन्म शुभ मुहूर्तावर झाला होता कारण त्याच्या जन्मानंतर लगेच म्हणजे तीनदिवसांनी त्याचे वडील व काका जामीनावर सुटून घरी परत आले होते. तसेच त्यावेळेसच त्याच्या दुसऱ्या काकांना पण तुरुंगातून सोडून दिले होते. अशाप्रकारे त्याच्या जन्माच्या वेळी सगळे खुशीचे वातावरण होते. त्याचा जन्म एक शुभसंकेत मानला गेला. म्हणून त्याच्या आजीने भाग्य आणणारा म्हणून त्यांचे नाव भगत सिंह असे ठेवले.त्यामुळे ते भगतसिंह या नावाने ओळखले जाऊ लागले.

भगतसिंह आपल्या आईवडिलांचे दुसरे अपत्य होते. सरदार किशनसिंह च्या मोठ्या मुलाचे नाव जगतसिंह असे होते. तो केवळ अकरा वर्षांचा इयत्ता पाचवीत इतक्या लहान वयात त्याचा मृत्यू झाला होता. त्यामुळे भगतसिंहांना त्यांच्या आईवडिलांचा पहिला मुलगा म्हणूनच ओळखतात. भगतसिंहांशिवाय सरदार किशनसिंहांना चार मुले व तीन मुली होत्या. सगळे मिळून सहा मुले होती. ज्यांची नांवे होती जगतसिंह, भगतसिंह, कुलवीरसिंह, कुलतार सिंह, राजेंद्रसिंह, रणवीरसिंह, बीबी अमर कौर, बीबी प्रकाश कौर, (सुमित्रा) आणि बेबी शकुंतला.

देशप्रेमाचे बाळकडू भगतसिंहांना आपल्या कुटुंबियांकडूनच मिळाले होते. त्यांचे आजोबा सरदार अर्जुनसिंह हे सुद्धा इंग्रजांच्या विरोधात होते. त्याकाळात इंग्रजांच्या विरोधात बोलणे म्हणजे साक्षात मृत्यूला कवटाळण्यासारखे होते. या काळात इंग्रजांची प्रशंसा करणे यातच लोक आपली इतिकर्तव्यता मानत होते. त्यामुळे या लोकांना भरपूर लाभ होत असे. सरदार अर्जुनसिंहांचे भाऊ सरदार बहादुर सिंह उर्फ दिलबागसिंह इंग्रजांची खुशमस्करी करणे हेच आपले कर्तव्य मानत होते. पण अर्जुनसिंह मात्र इंग्रजांच्या विरोधातच होते. त्यामुळे हे दोन्ही भाऊ अर्जुनसिंहांना मूर्ख समजत होते. अर्जुनसिंहांना तीन पुत्र होते. किशनसिंह, सरदार अजीतसिंह, सरदार स्वर्णसिंह. हे तीनही भाऊ आपल्या वडिलांप्रमाणेच धाडसी व देशभक्त होते. भगतसिंहांच्या वडिलांवर भारताच्या स्वातंत्र्यसंग्रामाचे ४२ राजनैतिक खटले इंग्रजांनी चालवले. त्यांना अडीच वर्षांची शिक्षा झाली तर त्यांना दोन वर्षे नजरकैदेत ठेवले होते. सरदार अजीतसिंहाला तर इंग्रज सरकार फार घाबरत होती. इंग्रजांविरूद्ध आंदोलन केल्यामुळे जून १९०७ मध्ये त्यांना भारतापासून दूर बर्माची राजधानी रंगून येथे पाठविण्यात आले होते. भगतसिंहांच्या जन्माच्यावेळेस ते कैदेत होते. थोड्या दिवसांनी तुरुंगातून सुटल्यावर ते इराण, टर्की, व ऑस्ट्रेलियाला फिरून जर्मनीला पोचले. पहिल्या महायुद्धात जर्मनी हारल्यामुळे ते ब्राझीलला गेले. १९४६ मध्ये भारतात मध्यवर्ती सरकार झाल्यामुळे जवाहरलाल नेहरू यांच्या प्रयत्नाने ते पुन्हा भारतात परत आले.

भगतसिंहाचे धाकटे काका स्वर्णसिंह आपल्या वडिल व दोन मोठ्या भावाप्रमाणेच स्वातंत्र्यसैनिक होते. मोठा भाऊ किशनसिंह यांनी भारत सोसायटीची स्थापना केली होती. स्वर्णसिंह सुद्धा त्यात भाग घेत. त्यांना राजद्रोहाच्या

खटल्यामुळे अटक झाली होती. त्यांना लाहोर सेंट्रल जेलमध्ये ठेवण्यात आले होते. त्यावेळेस त्यांच्याकडून घाण्याच्या बैलासारखे काम करुन घेण्यात आले. तेव्हांच त्यांना टी. बी. झाला व वयाच्या २३ व्या वर्षी त्यांचा मृत्यू झाला.

अशा स्वातंत्र्यप्रेमी घरात भगतसिंहाचा जन्म झाल्यामुळे त्यांना देशभक्तीचे बाळकडूच मिळाले. बाळाचे पाय पाळण्यात दिसतात ही म्हण भगतसिंहांना लागू पडत होती. त्यांच्या सवयी, त्यांचे बोलणे, त्यांचे वागणे हे सर्व लहानपणापासूनच वेगळे होते. ते तीन वर्षांचे असतानाची ही गोष्ट. त्यांच्या वडीलांनी त्यांना आपले मित्र श्री. मेहता यांच्या शेतामद्ये नेले. छोट्या भगतसिंहाने मातीच्या ढिगाऱ्यावर काड्यांचे झेंडे लावले होते. त्या दोघांच्या मध्ये जो संवाद झाला तो खालील प्रमाणे:-

मेहता : तुझे नाव काय?

भगतसिंह : भगतसिंह

मेहता : तू काय करतोस?

भगतसिंह : मी बंदूक उगवतो.

मेहता आश्चर्यचकित होऊन बंदूक?

भगतसिंह : हो ! बंदूकच

मेहता : कशाला बाळा?

भगतसिंह : माझ्या देशाला स्वतंत्र करण्यासाठी

मेहता : तुझा धर्म कोणता ?

भगतसिंह : देशाची सेवा करणे

अशा प्रकारे काका अजीतसिंहाचे परदेशी जाणे भगतसिंहांवर फार परिणाम करून गेले. नवऱ्याच्या वियोगामुळे त्याची काकू सतत रडत असे. त्यावेळेस भगतसिंह त्याच्या काकूला सांगत असे,“ काकू रडू नकोस. लवकरच मी मोठा होईन. तेव्हा मी या इंग्रज लोकांना बाहेर हाकलून देईन आणि काकाला परत घेऊन येईन. पाच वर्षाचे असताना आपल्या मित्रांबरोबर खेळत असताना ते दोन गट पाडून लढाई-लढाई खेळत असे. यावरून हे स्पष्ट होते की, देशभक्तीची भावना भगतसिंहांच्या मनात ठासून भरलेली होती. श्री. नंदकिशोर मेहता हे स्वत: राष्ट्रप्रेमी होते. भगतसिंहांची बोलणे झाल्यावर त्यांनी सरदार किशनसिंहांना सांगितले की, तुम्ही खूप भाग्यवान आहात. तुमच्या घरात एका पवित्र आत्म्याने

जन्म घेतला आहे. माझा आशीर्वाद आहे की, हा मुलगा आपले स्वत:चे नाव उज्ज्वल करेल तसेच साऱ्या विश्वात त्याचे नाव अमर होईल. आणि खरोखरच श्री मेहतांची वाणी खरी ठरली.

शिक्षण :

चार पाच वर्षांचे झाल्यावर भगतसिंहांचे नाव बंगा जिल्ह्यातील प्रायमरी शाळेत घातले गेले. ते आपल्या मोठ्या भावाबरोबर शाळेत जात. सर्व विद्यार्थी वर्गात ते प्रिय होते. ते सर्वांना आपले मित्र बनवत. त्यांच्या मित्रांचे त्यांच्यावर इतके प्रेम होते की, ते त्यांना आपल्या खांद्यावर बसवून घरापर्यंत आणून सोडत. परंतु भगतसिंहाची लहानपणाच्या करामती ह्या वेगळ्याच असत. ज्या वयात मुलांना खेळणे बागडणे आवडते त्या वयात भगतसिंहाचे मन कुठे कुठे भटकत रहात असे. शाळेतल्या बंद खोलीतल्या वर्गात त्यांचे मन रमत नसे. ते वर्ग सोडून बाहेर पडत. खळखळ वहाणाऱ्या नद्या, मंद वहाणारे वारे त्यांचे मन मोहून घेत असे. भगतसिंह वर्गात नाही हे पाहून त्यांचा मोठा भाऊ जगतसिंह त्यांना शोधत असे. त्यावेळेस भगतसिंह मोकळ्या मैदानात सापडत असे. जगतसिंह त्यांना विचारत असे. "तू इथे काय करतोस? तिकडे गुरुजी शिकवत आहेत. चल तिकडे" हसत हसत भगतसिंह सांगत असे, "मला इथेच आवडते.'' "तू इथे काय करतोस?'' "काही नाही फक्त शांत बसून मैदान बघत बसतो.'' "मैदानात बघण्यासारखे काय आहे?'' "तसं तर काहीच नाही भाऊ ! परंतु मी या मोकळ्या मैदानाप्रमाणे स्वतंत्र होऊ इच्छित आहे.

छोट्या भावाचे हे बोलणे जगतसिंह ला समजत नसे. तो चिडून म्हणत असे" की हेच सगळे जर करायचे होते तर शाळेत नाव कशाला घातले?शेती करायची ना. शिकला नाहीस तर मार मिळेल. ''

"मार का मिळेल''?

"जर धडे पाठ नाही करणार तर मार मिळेलच ना.''

"पण भाऊ धडे तर पुस्तकात असतात. मी ते पाठ करेन.''

भगतसिंह खरे तर कुशाग्रबुद्धीचे होते. ते सगळे धडे पुस्तकात वाचून पाठ करत होते. याचबरोबर ते सगळ्यांबरोबर ते स्पष्ट, धाडसी बोलणारे होते. परंतु या सगळ्यामध्ये एक दु:खद घटना घडली. त्यांचे मोठे भाऊ जगतसिंह जे त्यांच्याबरोबर शिकत होते त्यांचा मृत्यू झाला. त्यावेळेस त्यांचे भाऊ केवळ

अकरा वर्षांचे होते. या घटनेचा भगतसिंहांवर फार परिणाम झाला.

यानंतर सरदार किशनसिंह लाहोर जवळच्या नवकोट या गावी गेले. या गावी सुद्धा त्यांचा काही जमीन जुमला होता. भगतसिंहांची प्रायमरी शिक्षण पूर्ण झाले होते. शिखांमध्ये ही परंपरा होती की, ते आपली मुले खालसा शाळेतच घालत असत. पण या शाळेचा कल इंग्रजांच्या बाजूने होता. या शाळेतील मुख्याध्यापक इंग्रजांना अधिक सन्मान देत होते. सरदार किशनसिंह यांना हे अजिबात पसंत पडले नाही. ते एक खरे खुरे देशभक्त होते. त्यांना मुलाला अशा शाळेत घालायचे होते की ज्या शाळेत मुलांवर गुलामी ची सावली सुद्धा पडू नये. तेव्हा त्यांनी भगतसिंहांना लाहोर च्या डी.ए.वी. शाळेत घालायचा निश्चय केला. डी.ए वी. शाळा राष्ट्रीयविचारांनी भारलेली होती. या शाळेत घालताना सरदार किशनसिंहांना आपल्या समाजाचा विरोध झाला. परंतु त्यांनी त्याची पर्वा केली नाही. ही घटना साधारणत: १९१६ - १७ च्या सालातील आहे. या शाळेत प्रवेश घेतल्यावर भगतसिंह ने इंग्रजी व उर्दू या विषयांबरोबरच संस्कृत चे शिक्षण घेतले. संस्कृत बद्दल त्यांना अधिकच प्रेम होते. त्यांच्या आजोबांना लिहिलेल्या २२.७.१९१८ सालच्या पत्रात या भाषेबद्दलचे त्यांचे प्रेम अधिकच दिसून येते. आपल्या परिक्षेचा निकाल आणि परिक्षेत मिळालेले मार्क याबद्दल ते लिहिले होते की संस्कृत आणि इंग्रजी मध्ये त्यांना १५० पैकी ११० व ६८ मार्क मिळाले होते.

या वेळेस सन १९१९ मध्ये 'रोलेट अॅक्ट' च्या विरोधात सगळ्या भारतात उठाव झाला. या प्रकारे एक उठाव अमृतसर जवळील जालियनवाला बागेत झाला. त्यावेळेस हजारो लोक हजर होते. या नि:शस्त्र लोकांवर जनरल डायर ने गोळ्या झाडल्या. जालियनवाला बागेतील हत्याकांडामुळे देशभक्तांची देशभक्ती प्रबळ झाली. भगतसिंह एक देशभक्त परिवारातील तिसरी पिढ्यातील होते. त्यामुळे या प्रकाराने ते प्रभावित झाले. या कांडाचा वृतांत ऐकल्यावर ते लाहोर वरून अमृतसर येथे पोहोचले. का तर देशासाठी आपले प्राण देणाऱ्या वीरांना श्रद्धांजली वाहण्यासाठी. भगतसिंहाच्या मनात जालियनवाला बाग एक पवित्र धर्मस्थळ बनले होते. हे स्थान बघितल्यावर भगतसिंह एकदम दिङ्मूढ होऊन गेले. साऱ्या बागेत रक्त वहात होते. जणू काही ती जमीन (ती बाग) भगतसिंहांना सांगत होती की, " तुला माझी शपथ आहे. हे बलिदान व्यर्थ जाऊ देऊ नकोस. इंग्रजांचे

अत्याचार संपवण्यासाठी तुला बलिदान करावे लागेल.'' भगतसिंहांनी ती रक्ताने माखलेली माती आपल्या मुठीत घेऊन बलिदान करण्याचा निश्चय केला. त्या मातीला त्यांनी एका बाटलीत ठेवले. ही मातीच त्यांना आपल्या देशबांधवाचा बदला घ्यायची आठवण देत असे.

१९२० साली महात्मा गांधी यांनी असहकाराची चळवळ सुरु केली. या आंदोलनात त्यांनी सगळ्या देशवासियांना विनंती केली की, विद्यार्थ्यांनी सरकारी शाळा सोडून द्याव्यात. तसेच सरकारी पदे, सरकारने दिलेल्या पदव्या, नोकऱ्या हे सर्व सोडून द्यावे. त्यामुळे भगतसिंहांनी १९२१ साली शाळा सोडून दिली. त्यावेळेस ते डी.ए.वी. स्कूल लाहोर या शाळेत इयत्ता ९वी मध्ये शिकत होते. या असहकार आंदोलनामुळे देशात अनेक शाळा,कॉलेज तसेच विद्यापीठांची स्थापना झाली होती. गुजरात विद्यापीठ, बिहार विद्यापीठ, पंजाब, काशी विद्यापीठ, बंगाल राष्ट्रीय विश्वविद्यालय, टिळक महाराष्ट्र विद्यापीठ, पंजाब झाशी विद्यापीठ, राष्ट्रीय मुस्लिम विश्वविद्यालय, अलिगढ विद्यापीठ हे त्यावेळेस स्थापन झालेल्या विद्यापीठांपैकी आहेत. लाला लजपतराय यांनी लाहोर मध्ये नॅशनल कॉलेजची स्थापना केली. हे कॉलेज काशी विद्यापीठाशी जोडलेले होते. असहकार आंदोलनात सहभागी झालेल्या बहुतेक विद्यार्थ्यांनी या कॉलेजमध्ये प्रवेश घेतला. भगतसिंहांनी सुद्धा या कॉलेजात प्रवेश घेतला. अनेक पुस्तकांमध्ये असे लिहीले आहे की, डी.ए.वी शाळेतून मॅट्रीक पास झाल्यावर भगतसिंहांनी नॅशनल कॉलेजमध्ये प्रवेश घेतला. पण हे खरे नाही. खरे तर महात्मा गांधींच्या सांगण्यावरून त्यांनी डी.ए.वी कॉलेज सोडले त्यावेळी ते नवव्या इयत्तेत शिकत होते. नॅशनल स्कूल मध्ये प्रवेश मिळण्यासाठी त्यांना २ महिन्याचा अवधी दिला गेला. त्यानंतर त्यांची परीक्षा घेतली. या परीक्षेत ते पास झाल्यानंतरच त्यांना नॅशनल कॉलेजमध्ये प्रवेश मिळाला.

क्रांतिकारकांच्या संपर्कात :

पंजाब नॅशनल कॉलेजमध्ये त्यांच्या देशभक्तीला पुरक वातावरण मिळाले. या कॉलेजची स्थापनाच मुळी देशभक्त तयार करण्यासाठी झाली होती. तर बाकीच्या कॉलेजमध्ये सरकारी नोकरी मिळावी म्हणून परीक्षा पास होणे अनिवार्य होते. या कॉलेजमध्ये गांधी आश्रमासारखे कडक नियम नव्हते. सर्व विद्यार्थी साध्या कपड्यात असत. खादी वापरण्यावर भर होता परंतु काही विद्यार्थी मशिनवर विणलेल्या कपड्यांतही असत. आपली कामे आपण स्वत: करणे या वर मात्र भर

प्रारंभाचे जीवन

होता. तसेच कमीत कमी कपडे, आपली कामे स्वत: करणे, जेवणात उकडलेल्या भाज्या खाणे हे चांगले समजले जात असे. गांधी आश्रमाप्रमाणे इथे प्रार्थना व संध्याकाळचे नियम नव्हते. त्यामुळे भगतसिंहांना कॉलेजचे हे वातावरण आवडले.

या कॉलेजात त्यांची यशपाल, भगवती चरण, सुखदेव, रामकिशन, तीर्थराम, झण्डा सिंह या क्रांतिकारकांबरोबर ओळख झाली. भगवतीचरण व सुखदेव यांच्याबरोबर त्यांचा बरेच दिवस परिचय होता. कॉलेजमध्ये अभ्यासाव्यतिरिक्त भाई परमानंद व लाला लजपतराय यांची भाषणे होत होती. या भाषणांमधून सर्व विद्यार्थ्यांना देशभक्ती , राष्ट्रवाद यांची प्रेरणा मिळत असे. प्रो. जयचन्द विद्यालंकार या कॉलेजात इतिहासाचे प्राध्यापक होते. सर्व विद्यार्थी त्यांच्याकडे प्रभावित होत असत. भगतसिंहांवर प्रो. जयचन्द विद्यालंकार चा विशेष लोभ होता. ते भगतसिंहांना क्रांतिकारकांबद्दल सांगत असत. त्यांचा बऱ्याच क्रांतिकारकांबरोबर संबध होता. त्यांच्या विचारांचा भगतसिंहावर अतिशय प्रभाव होता. खरं तर तेच भगतसिंहाचे राजकारणातले गुरु होत.

खोडकर व हसतमुख असा विद्यार्थी :

अभ्यासासाठी भगतसिंह अतिशय परिश्रम करत. इतिहास व राज्यशास्त्र या विषयांची त्यांना खूप आवड होती. या विषयात ते आपले मित्र व प्रोफेसर यांच्याबरोबर ते नेहमी वादविवाद करत, चर्चा करत असत. या बरोबरच ते एक खोडकर व हसतमुख विद्यार्थी होते. ज्यावेळी ते नॅशनल कॉलेज लाहोर मध्ये शिकत होते त्यावेळेस त्यांना प्रो. सौंधी इतिहास शिकवायला होते. त्यांना मधूनच एक डुलकी मारायची सवय होती. खोडकर विद्यार्थ्यांना प्रोफेसरांच्या या सवयीची मजा वाटायची. या खोडकर विद्यार्थ्यांमध्ये भगतसिंहही होते. या प्रोफेसरांबरोबर उलट सुलट चर्चा तसेच प्रश्न विचारुन त्यांना भंडावून सोडण्यात या विद्यार्थ्यांना विशेष आनंद मिळत असे.

एक दिवस प्रोफेसर सौंधी सम्राट अशोक बद्दल शिकवत होते. परंतू आपल्या नेहमीच्या सवयीमुळे मधूनच ते डुलकी काढत. भगतसिंह, सुखदेव तसेच यशपाल यांचे मन त्यांचे भाषण ऐकण्यात लागत नव्हते. ते वर्गातून बाहेर पडण्यासाठी धडपडत होते. पण प्रोफेसरांच्या समोर असे करणे अवघड होते. अशात भगतसिंहांनी त्यांना प्रश्न विचारला की, ‘‘सर, इंग्रज भारतात भिकारी बनून आले होते तर ते नंतर राजा बनले हे खरं आहे का?’’

प्रोफेसर त्यावेळेस अशोक च्या न्यायप्रियतेबद्दल सांगत होते. अशा प्रकारे असंबद्ध प्रश्न विचारल्यामुळे त्यांना राग आला व ते रागाने त्यांना म्हणाले, ''तुला किती वेळा सांगितले की, ''मी सांगत असताना माझी विचारशृंखला तोडू नकोस. पण तु ऐकतच नाहीस.'' प्रोफेसरांचे हे सांगणे पूर्ण होत नाही तोपर्यंत सुखदेव उठून उभे राहून बोलत की, ''सर हा भगतसिंह मूर्ख आहे. तुम्ही तर शहाजहाँ चे शासन हे शिकवत असताना मधेच त्याने इंग्रजांना आणले.''

''काय म्हणायचे काय शहाजहाँ बद्दल। मी तर शहाजहाँ चे नाव तरी घेतले का?''

आता यशपाल ची वेळ होती. तो आपल्या जागेवरून उठून उभा रहात बोलायला लागतो की, ''सर, मी या दोघांना सांगत होतो की सर मोहंमद तुघलक च्या वेडेपणाबद्दल शिकवत आहेत. पण यांचा माझ्या सांगण्यावर विश्वास बसला नाही.''

प्रोफेसर सर एकदम ओरडले,'' तुम्ही सर्व एकजात नालायक आहात. मी तुम्हाला शिकवू शकत नाही. '' एवढे बोलून ते वर्ग सोडून जात. मुलं हसतहसत वर्गाच्या बाहेर पडत.

असे नेहमीच होत असे. ज्यावेळेस विद्यार्थी प्रोफेसर सौंधी च्या वर्गात कंटाळवाणे होत त्यावेळेस भगतसिंह व त्यांचे मित्र अशा प्रकारे त्यांना त्रास देत. प्रोफेसर वर्ग सोडून देत व विद्यार्थ्यांच्या मनासारखे होत असे. अशा प्रकारे दुसरे एक मेहता नावाचे प्रोफेसर ही विद्यार्थ्यांचे मनोरंजनाचे साधन असत. प्रोफेसर मेहता मन लावून शिकवत पण त्यांना हिंदीचे ज्ञान खूप कमी होते. ते हिंदी शब्दांचा उच्चारही वेगळ्याच पद्धतीने करत. ते इंग्रजी शब्दासाठी जेंव्हा हिंदी शब्द विचारीत त्यावेळेस विद्यार्थी त्यांना पंजाबी भाषेतील शब्द सांगत. यावर दुसरे विद्यार्थी खदाखदा हसत आणि प्रोफेसर मेहता त्रस्त होत तेव्हा ते भगतसिंहांचा मित्र झंडासिंह कडे पाहून त्याला वर्गाच्या बाहेर जायला सांगत असेच ते यशपाल, सुखदेव, भगतसिंह यांनाही सांगत असत.

विद्यार्थी जीवनातले वेगळे उपक्रम :

अभ्यासाबरोबर त्यांचे राष्ट्रीय समस्यांकडे लक्ष जायला लागले. यावेळेस ते सगळ्या नव्या गोष्टींकडे लक्ष देत तसेच त्यांचा सक्रीय सहभाग ही असायचा. याबद्दलची माहिती त्यांनी त्यांच्या आजोबांना लिहिलेल्या पत्रातून कळते. या

पत्रातून त्यांनी आजोबांना लिहिले होते की, यावेळेस रेल्वे कर्मचाऱ्यांचा संप घडवून आणायचा आहे. असे वाटत आहे की, हे पुढच्या आठवड्याच्या सुरुवातीस सुरु होईल.''

देशभक्तीची गीते गाणे, देशप्रेमाने भारलेल्या नाटकात भाग घेणे, अशाप्रकारच्या कार्यक्रमामध्ये त्यांना आवड होती.ते नॅशनल नाईट क्लब चे सदस्य होते. या क्लबने एकदा सम्राट चंद्रगुप्तचे नाटक बसवले होते. त्यामध्ये भगतसिंहांनी शशिगुप्त चा रोल केला होता. त्यांच्या अभिनयाची सगळ्यांनी प्रशंसा केली .या उत्तम अभिनयाबद्दल बोलताना भाई परमानन्द म्हणाले की, एक दिवस माझा भगतसिंह शशिगुप्त होणार.'' या कल्बने 'राणा प्रताप' 'महाभारत'इत्यादी नाटकांचे प्रयोग केले. या सगळ्या नाटकात भगतसिंहांनी प्रमुख भूमिका केल्या. या नाटकांचे प्रयोग करण्याचे मुख्य कारण जनतेमध्ये देशप्रेम, राष्ट्रीय भावना पसरविणे तसेच इंग्रजांविरुद्ध आवाज उठवण्यासाठी होता. त्यामुळे सरकारने या क्लबवर बंदी आणली.

भगतसिंहांवर लग्नासाठी दडपण आणणे सुरु :

नॅशनल कॉलेज मध्ये बी.ए. झाल्यावर त्यांच्या आईवडिलांनी त्यांना लग्न करण्यासाठी घाई करायला सुरुवात केली. भगतसिंहांची आजी त्यांच्यावर खूप प्रेम करायची, त्या आजीची नातसून बघायची इच्छा होती. भगतसिंहाचे घरात लक्ष लागत नाही हे त्यांच्या वडिलांच्या लक्षात आले होते. एक दिवस कॉंग्रेस कार्यकर्त्यांची मिटींग होती. त्यामध्ये भाग घेण्यासाठी भगतसिंह गेले होते. त्या मिटींगवरुन त्यांना घरी परतायला खूप उशीर झाला. परीक्षा पण जवळ आली होती पण भगतसिंह अजिबात अभ्यासाकडे लक्ष देत नव्हते. त्यांचे वडील सरदार किशनसिंह खूप रागावलेले होते. रात्री ११ वा उशीरा घरी परतलेल्या भगतसिंहावर ते रागावले. त्यांनी त्यांना उशीरा आल्याबद्दलचा जाब विचारला ते म्हणाले, ''अभ्यासाकडे दुर्लक्ष करायचे असेल तर घरी बस.'' असे वागून आमचा पैसा वाया घालवू नकोस. '' देशप्रेमाने भारावून गेलेले भगतसिंह म्हणाले, '' की, अभ्यास तर सतत चालू असणार, पण देशासाठी काही कर्तव्य आहे की नाही.''

यावर त्याचे वडील चिडले. ते म्हणाले, ''मी तुझे भाषण ऐकणार नाही. तुला अभ्यास करायचा असेल तर नीट कर नाही तर सोडून दे. मी तुझे अशा प्रकारचे वागणे अजिबात सहन करणार नाही.'' यावर भगतसिंह काहीच बोलले

नाहीत. त्यांनी अभ्यास करायला सुरुवात केली. अशा प्रकारच्या शाब्दिक चकमकी तर त्यांच्या दोघांच्या नेहमीच घडत. शेवटी वडिलांवर त्यांच्या आईचा वाढणारा दबाब व भगतसिंहाना घरात गुंतवण्यासाठी त्यांच्या वडिलांनी भगतसिंहाचे लग्न करायचे ठरवले. जाट जमातीमध्ये अशी एक म्हण आहे की, बिघडलेली मुलं सुधारावयाची असतील तर त्यांना लग्नाच्या बेडीत अडकवावे. त्यामुळे भगतसिंहाचे लग्न सगाई जिल्ह्यातील सरगोधा गावातल्या सरदार तेजसिहांच्या बहिणीशी ठरविण्यात आले. ज्यावेळेस भगतसिंहांना आपल्या लग्नाबद्दल कळले त्यावेळषस त्यांनी आपल्या वडिलांना एक पत्र लिहिले ते पत्र असे.

आदरणीय पिता, (बाबा)

''ही लग्नाची वेळ नाही. देश मला बोलावत आहे. मी तन मन धन अर्पण करून देशाची सेवा करण्याची शपथ घेतली आहे. आपल्या घरांत देशसेवा करणे ही काही नवी गोष्ट नाही. आपला पूर्ण परिवारच देशप्रेमाने भारावलेला आहे. १९१० मध्ये म्हणजेच माझ्या जन्मानंतर २-३ वर्षातच स्वर्णसिंह काकांचा जेलमध्ये मृत्यू झाला होता. अजीतसिंह काका तर परदेशात निर्वासितांसारखे जीवन व्यतीत करत आहेत. तर तुम्ही सुद्धा तुरूंगात खूप कष्ट भोगले आहेत. मी तर आपण दाखवलेल्या मार्गानीच जात आहे. तरी कृपया मला बंधनात अडकवू नका उलट मला आशिर्वाद द्या की मी माझ्या कार्यात यशस्वी होईन.''

भगतसिंहाच्या या पत्राने संपूर्ण घरात खळबळ माजली. घरातील सर्वात वृद्ध स्त्री आजी होती जी आपल्या नातवाचे लग्न करू इच्छित होती.तर नातवाचे विचार एकदमच वेगळे होते.आजीचे विचार व नातवाचे वेगवेगळे असल्यामुळे सरदार किशनसिंहांची मात्र काळजी अधिकच वाढली. शेवटी खूप विचार करून त्यांनी मुलाला (भगतसिंहांना) पत्र लिहीले.

प्यारे भगतसिंह (लाडके)

आम्ही तुझे लग्न ठरविले आहे. आम्ही मुलगी पाहिली आहे तसेच त्यांचे घराणे आम्हाला पसंत आहे. मला आणि तुला आपल्या आजीच्या इच्छेचा मान राखला पाहिजे.त्यामुळे तुला माझी आज्ञा आहे की,तू या लग्नाला विरोध करणार नाहीस. तसेच हसतमुखाने लग्नाला तयार होशील.

या पत्राने भगतसिंहाची खूपच निराशा झाली. या विषयाचा गंभीरपणे विचार करून त्याने वडिलांना पत्र लिहिले

आदरणीय बाबा

मी आपले पत्र वाचून आश्चर्यचकितच झालो.कारण आपल्यासारखे देशभक्त आणि धाडसी व्यक्ती अशा साध्या अडचणींनी घाबरून जात असेल तर सामान्य व्यक्ती काय करेल? तुम्ही फक्त आजीची काळजी करता. पण करोडो लोकांची जी भारतमाता ती कोणत्या आणि कशाप्रकारच्या दु:खात आहे. मला तीचे दु:ख दूर करण्याचा प्रयत्न करायला हवा. मला हे माहित आहे की, मी जर इथे राहिलो तर मला लग्न करायला भाग पाडले जाईल. त्यामुळे मी दुसरीकडे जात आहे. ''

हे पत्र लिहिण्याअगोदर भगतसिंह त्यांच्या घरीच होते. त्यावेळेस मुलीकडची लोक त्यांच्याघरी त्यांना बघण्यासाठी आले होते. पाहुण्यांबरोबर त्यांचे वागणे अतिशय नम्र आणि गोड होते. ते पाहुण्यांना सोडण्यासाठी लाहोर पर्यंत गेले. परत आल्यावर त्यांनी आपल्या वडिलांना सांगितले की,मी लग्न करणार नाही. तेव्हा वडिलांनी त्यांना विचारले, ''पण का करणार नाही?''

भगतसिंह म्हणाले, ''की मी जोपर्यंत माझ्या स्वत:च्या पायावर उभा राहत नाही तोवर मी लग्न करणार नाही.'' यावर वडील किशनसिंह चिडले, ''आम्हाला शिकवतोस, लग्न कर आणि स्वत:च्या पायावर उभा राहण्याचा प्रयत्न कर. आम्हाला नाही का म्हणतोस? यामुळे दुसरा कुठलाच मार्ग न दिसल्याने भगतसिंह म्हणाले, ''माझे वय तरी आहे का लग्न करण्याचे?''

''मोठमोठ्या गोष्टी करतोस तेव्हा मोठ्या माणसांसारखे वागतोस आणि लग्न करायचे म्हणले की, वय लहान आहे का? लग्न कर, जेव्हा तुला गरज वाटेल त्यावेळेसच सुनेला घरी बोलाव. ''

दुसरा काहीच मार्ग दिसला नाही त्यानंतर भगतसिंहांनी मी लग्न करीन तर शिकलेल्या मुलीशीच असे उत्तर दिले. त्यांना हे माहित होते की जिच्याशी लग्न ठरले आहे ती शिकलेली नाही. पण घरच्यांना पटवण्यात भगतसिंहांना यश आले नाही.शेवटी ते निराश होऊन बी.ए. चा अभ्यास मध्येच सोडून कॉलेज सोडून निघून गेले. ही घटना १९२४ मधील आहे.

भगतसिंहावर प्रभाव :

प्रारंभीच सांगितल्याप्रमाणे भगतसिंहांचे घराणे हे एक राष्ट्र व स्वतंत्रता याने भारलेले होते. प्रत्येकाला आपल्या घरातूनच पहिले संस्कार मिळत असतात. त्याचप्रमाणे भगतसिंहांवर घरातूनच पहिले संस्कार झाले आहेत. ते त्यांच्या काका

सरदार अजितसिंह यांच्यामुळे जास्त प्रभावित झाले होते. काका अजितसिंहांनंतरते

सरदार करतार सिंह सराभा यांच्यामुळे जास्त प्रभावित झाले. सन १९१४-१५ मध्ये कॅनडा संयुक्तराज्य अमेरिकेवरून परत आलेल्या पंजाबी शेतकऱ्यांनी गदर आंदोलन केले. या आंदोलनाच्या काळात ते करतार सिंह सराभी, रासबिहारी बोस इत्यादी नेत्यांच्या संपर्कात आले. हे लोक वर्गणी किंवा सल्ला मसलत साठी सरदार किशनसिंग कडे येत असत. करतारसिंह सरभा ला१९१५ मध्ये लाहोर षडयंत्र प्रकरणामध्ये दोषी ठरवून अटक केली होती. त्यांच्यासाठी कोर्टाने असे सांगितले की, हा तरूण आहे .यात शंकाच नाही.पण हा शत्रूंमध्ये जास्त वाईट आहे. त्यामुळे याच्या बाबतीत कोणतीही दयामाया दाखवू नका. सन १९१६ मध्ये केवळ २० वर्षाचे असताना त्यांना फाशी दिली. त्यांनी हसत हसत फाशीच्या दोराचे चुंबन घेत घेत आपले बलिदान दिले. त्यावेळेस भगतसिंह लहान होते. परंतु त्यांना त्यांच्याबद्दल आदर वाटला.९ वर्षाच्या लहान मुलावर त्यांचा फारच प्रभाव पडला. जेव्हा भगतसिंहांना अटक झाली त्यावेळषस त्यांच्या जवळ सराभांचा फोटो मिळाला. ते सतत त्यांचा फोटो आपल्या जवळ ठेवत. त्यांनी घरात सुद्धा त्यांचा फोटो ठेवला होता. तो फोटो ते आपल्या आईला दाखवत व सांगत की आई हे माझे गुरू , माझा भाऊ तसेच माझा साथीदार. घरात काम करताना किंवा इकडे-तिकडे फिरताना सराभांना अत्यंत प्रिय असलेल्या पंक्ती ते गात.

(अरे माझ्या तुच्छ आत्मा! देशसेवेच्या गप्पा मारणे अगदीच सोप आहे. पण देशसेवा करणे अतिशय अवघड आहे. हे व्रत जे घेतात त्यांना जीवनात कष्टांना तोंड द्यावेच लागते)

विद्यार्थी जीवन व राहणीमान:-

विद्यार्थी जीवनात भगतसिंह साधे कपडे घालत.त्यांचे कपडे अस्ताव्यस्त असत. फाटलेले कपडे असले तरी त्यांना त्यांचे काहीच वाटत नसे. कधी कधी तर ते लुंगी नेसून कॉलेजला जात. या त्यांच्या सवयीबद्दल बोताना त्यांचे मित्र शिव वर्मा लिहितात की, मला असे कधीच दिसले नाही की,त्यांच्या हातात पुस्तक नाही.त्यांचे कपडे फाटलेले का असेनात पण प्रत्येक वेळेस त्यांच्याकडे पुस्तक असेच.

* * *

(२)
कॉलेज सोडल्यानंतर

कॉलेजमधून बाहेर पडल्यानंतर भगतसिंहांची ओळख सुरेशचंद्र भट्टाचार्य, बटुकेश्वर दत्त,अजय घोष,विजयकुमार सिन्हा या प्रसिद्ध क्रांतिकारकांशी झाली.

हे सगळे बंगाली होते. त्यांच्या मध्ये शीख युवक म्हणजे सी.आय.डीं साठी संशयाला जागा होती. त्यामुळे विद्यार्थ्यांनी त्यांना प्रताप मध्ये काम देऊन त्यांची रहाण्याची व्यवस्था दुसरीकडे केली. प्रताप मध्ये नोकरी करायच्या आगोदर वर्तमानपत्रे विकून भगतसिंहांनी आपला रोजचा खर्च भागवला होता.

या काळातच त्यांनी कानपूरमध्ये बटुकेश्वर दत्तांकडून बांगला भाषा शिकली. इथेच त्यांनी कार्ल मार्क्स अभ्यासला. मग ते हिंदुस्थान रिपब्लिकन असोसिएशन मध्ये सामील झाले. या असोसिएशनचा उद्देश सशस्त्र क्रांतीच्या सहाय्याने देशात लोकशाही निर्माण करणे हा होता. भगतसिंहांनी उत्तरप्रदेश व पंजाबातील क्रांतीकारी विचारांच्या तरूणांशी संपर्क वाढवला.तसेच त्यांना हिंदुस्थान रिपब्लिकन असोसिएशन मध्ये सामील होण्यास सांगितले. हे दल सशस्त्र क्रांतीसाठी तयार होते. परंतू या दलाकडे पैसा नव्हता. ही मोठी समस्या होती. यामुळे कुठेतरी दरोडा घालून पैसे मिळवावेत असा एक पर्याय समोर आला. परंतू जर कोणा व्यक्तिच्या घरी दरोडा टाकला तर जनतेची सहानुभूती मिळणार नाही.यामुळे हा विचार मागे पडला.

क्रांतीचा प्रचार तर चालूच होता. एकदा दसऱ्याच्या यात्रेच्यावेळी प्रताप प्रेस मध्ये जाहिरातींच्या रूपात क्रांतिकारी साहित्य छापले गेले. भगतसिंह आपल्या ५ साथीदारांसह ते साहित्य वाटायला बाहेर पडले. ते प्रतापगड जत्रेत पोहोचले. जत्रेत सुंदर सुंदर कपडे घालून लोक अनेक प्रकारची गीत गात होते. एका ठिकाणी खूप गर्दी होती. भगतसिंह व त्यांच्या साथीदारांनी तेथे एक जाहिरात वाटायला सुरुवात केली. ज्यात 'माझ्या देशवासियो जागा आणि बघा' असे लिहिले होते. साध्यावेषातील पोलिस लोकांच्या मध्ये उभे होते. ज्यावेळी त्यांनी ही जाहिरात बघितली त्यावेळेस त्यांनी भगतसिंहांच्या साथीदारांवर आक्रमण केले आणि दोन

साथीदारांना अटक केली. हे सगळं बघून भगतसिंहांनी ते सारे कागद फाडून टाकून फेकून दिले आणि गर्दीतल्या लोकांना सांगितले की, 'काँग्रेसी तिकडे जाहिरात वाटत आहेत.

हे ऐकंताच अटक केलेल्या तरुणांजवळ दोन पोलिसवाले थांबले आणि बाकीचे सगळे पोलिसवाले भगतसिंहांनी जी जागा दाखवली तिकडे गेले. त्याबरोबर जे दोन पोलिसवाले त्यांच्या साथीदारांवर लक्ष ठेवत होते त्या दोन पोलिसवाल्यांवर भगतसिंह आणि त्यांचे साथीदारांवर तुटून पडले. त्यांनी आपल्या साथीदारांना सोडवले आणि पळून गेले. पोलिस आणि काही लोक त्यांचा पाठलाग करु लागले पण भगतसिंहांनी हवेत तीन गोळीबार केले त्यामुळे ते घाबरले व त्यांनी पाठलाग करणे सोडून दिले.

ते कानपूर मध्ये राहात असतानाच दिल्ली मध्ये दंगे झाले. तेव्हा भगतसिंहांना प्रताप चा बातमीदार म्हणून दिल्ली ला पाठवण्यात आले. भगतसिंह ने हे काम अतिशय कुशलतेने आणि इमानदारीने केले. जाहिरातीवाटलेल्या प्रसंगावरून त्यांचे कानपूरला राहणे धोकादायक होते. त्यामुळे दोन महिने कानपूर मध्ये राहिल्यानंतर विद्यार्थीजींनी त्यांना ता. शादीपूर जिल्हा अलीगढ येथे नॅशनल स्कूल मध्ये मुख्य शिक्षक म्हणून काम दिले. भगतसिंहांची योग्यता थोड्याच दिवसात शाळेत कळून आली. सगळे अध्यापक तसेच विद्यार्थी त्यांच्या हुशारीने प्रभावित झाले. त्याच वर्षी १९२४ मध्ये कानपूरला पूर आला त्यावेळेस त्यांनी मदतकार्यात भाग घेऊन मोलाची मदत केली.

इतर क्रांतिकारकांच्या बरोबरच त्यांची महान क्रांतीकारी चंद्रशेखर आझाद यांच्याबरोबर ओळख झाली. या दोघांची भेट ही इतिहासात एक महत्त्वपूर्ण घटना मानली गेली. ते देखील एकमेकांना भेटून प्रभावित झाले होते. क्रांतिकारी संघटनेला मजबूत करण्यासाठीच दोघांची एकमेकांना गरज होती. भारताच्या क्रांतिकारकांच्या इतिहासात हे दोघे गंगा यमुनेच्या प्रवाहाप्रमाणे एकत्र पुढे मार्ग काढत गेले. क्रांतिकारकांची एकता, जनरल डायरला मारणे, काकोरी कांड च्या कार्यकर्त्यांना जेल मधून पळून जाण्यासाठी मदत करणे इत्यादी विषयांवर या दोघांनी विचार विनिमय केला.

कानपूर वरुन स्वगृही :

इकडे भगतसिंह कानपुर मध्ये भारताच्या स्वतंत्रतेबद्दल विचार करत होते तर

कॉलेज सोडल्यानंतर

तिकडे त्यांच्या घरी मात्र सगळे लोक त्यांच्यासाठी अधिक चिंतेत होते.त्यांची आजी तर त्यांच्या आठवणींनी आजारी पडली होती. ती भगतसिंहांना बघण्यासाठी तडफडत होती. ती सतत म्हणत असे की, मी उगीचच त्याला लग्न करण्यासाठी गळ घातली. त्यामुळे त्याला घर सोडावे लागले. कोण काय करू शकणार होते?

इकडे भगतसिंहांनी आपले मित्र जक्शका निवासी रामचंद्र यांना एक पत्र लिहीले. पत्रात त्यांनी आपला पत्ता लिहिला होता पण सक्त ताकीद दिली होती की त्यांचा पत्ता कुणालाही सांगू नये. कुटुंबाचा त्रास रामचंद्र बघत होता. त्याने जयदेव गुप्त ला पत्राबद्दल सांगितले पण पत्ता मात्र सांगितला नाही. बऱ्याच विनवण्या करून सुद्धा रामचंद्रने पत्ता सांगितला नाही. पण त्यांना त्यांच्या बरोबर (जयदेव गुप्त) घरी जाण्यासाठी तयार झाले. भगतसिंहांचे वडील किशनसिंहांनी वन्दे मातरम् या वर्तमानपत्रात जाहिरात दिली होती की भगतसिंह जिथे असशील तिथून घरी परत ये. आजी बरीच आजारी आहे. परंतु भगतसिंह घरी परतले नाहीत. रामचंद्र तसेच जयदेव गुप्त त्यांना आणण्यासाठी कानपूरला पोचले. पत्रात विद्यार्थीजींचा पत्ता होता. दोघे विद्यार्थींना भेटले. विद्यार्थींनी त्यांना शादीपुरला पाठवले. परंतु भगतसिंहाने त्यांना दुरूनच येताना पाहिले होते. त्यामुळे तेथून ते निघून गेले. शेवटी ते दोघे निराश होऊन परतले. विद्यार्थीजींनी त्यांना भगतसिंहांना घरी पाठवीन असे आश्वासन दिले. तेव्हा ते दोघे परत आले. सरदार किशनसिंह उर्दू च्या प्रसिद्ध शायर मौलाना हसरत अली यांना भेटले. मौलाना विद्यार्थीजींचे मित्र होते. त्यांनी विद्यार्थीजींना एक पत्र लिहिले. भगतसिंह घरी आले तरी त्यांना कोणीही लग्नाचा आग्रह करणार नाही. असेच एक पत्र भगतसिंहांना सुद्धा लिहिले होते. तेंव्हा भगतसिंह आपल्या घरी परत आले. आजी खरोखरच आजारी होती. त्यांच्या घरी येण्यामुळे जणू आनंदच परत आला. ते आजीच्या सेवेला लागले. आजीच्या औषधपाण्याची जबाबदारी स्वत:वर घेतली. काही दिवसातच आजी पूर्णत: बरी झाली. आजी बरी झाली पण तिच्या इच्छेमुळे ते लगेच कानपूरला जाऊ शकले नाहीत. आता ते कधी आजीजवळ राहात तर कधी लाहोरला जात. कधी तर ते खूप दिवस लाहोरला राहात. भारताच्या स्वतंत्रतेसाठी उत्तर भारतात क्रांतिकारी काही योजना बनवत त्यांच्याशी त्यांचा संपर्क होता. त्यांच्याबरोबरच ते पंजाबमध्ये गावागावात फिरायला लागले. यामुळे त्यांना आपल्या समाजातीलकाही ज्वलंत समस्यांची ओळख झाली.

अकाली आंदोलन आणि भगतसिंह :

लग्न या प्रकरणातून ते आता पूर्णपणे रिकामे झाले होते. इकडे १९२५ साली असे घडले की त्यामुळे त्यांचे जीवनच बदलून गेले. ही घटना होती अकाली आंदोलनाची सुरुवात. गुरूद्वारामध्ये ही करोडो रूपये वर्षाला जमा होत. पण या पैशांचा उपयोग गुरुद्वारातील महंत आपल्या स्वत:च्या खर्चासाठी वापरत. यामुळे समाज चिंतेत होता. समाज या धनाचा उपयोग समाजाच्या हितासाठी करण्याचा ठरवत होते. या भ्रष्टाचाराच्या विरोधात शिखांनी आंदोलन सुरु केले. ते गटागटाने गुरु नानक महाराज यांच्या जन्म स्थानी ननकाना साहेब येथे पोचायला सुरुवात केली. या आंदोलनात नाभा राज्याचे शासक महाराजा रिपुदमन सिंह सुद्धा सामील झाले. खरे तर हे आंदोलन सामाजिकच होते. याचा राजकारणाशी काहीही संबंध नव्हता. परंतु यामुळे सरकारला चिंता वाटली तसेच राग ही आला. महाराज रिपुदमनला पदावरुन काढून देहराडून मध्ये नजरकैदेत ठेवले. हे आंदोलन दिवसेंदिवस चिघळत चालले होते. तसेच सरकारला हे आंदोलन बंद पाडायचे होते. आता हे सर्व आंदोलक ननकाना साहब यांच्या इकडे जाऊ लागले. या सर्व लोकांचे ते जिथे जातील तेथे त्यांचे स्वागत होत असे.

अशा प्रकारे एका समुहाला बंगा गावातून जायचे होते. सरदार किशनसिंहना त्या गटाचे स्वागत करायला सांगितले गेले. परंतु योगायोग असा की त्यांना त्याचदिवशी विमाच्या कामासंबंधी मुंबईला जावे लागले. यासाठी या कामाची जबाबदारी त्यांनी भगतसिंहांवर सोपविली. इंग्रजांचे शिख भक्त व सरकारी अधिकारी या आंदोलनाचे विरोधक होते. सरदार किसनसिंहांचा चुलतभाऊ दिलबाग सिंह इंग्रजांचा चमचा होता. त्याला आपल्या गावात या गटाचे स्वागत व्हावे असे अजिबात वाटत नव्हते. त्याने भगतसिंहांना कडक विरोध केला. इतकेच नाही तर त्याने गावातल्या विहिरींच्या सर्व दोऱ्या व बादल्या काढून टाकल्या. म्हणजे मग या लोकांना पाणीसुद्धा मिळणार नाही. गावातल्या सर्व गायीं- म्हशींना बाहेर पाठवले. त्यामुळे त्यांना दूध मिळणार नाही. दिलबाग सिंह आणि त्याच्या माणसांनी पोलिसांप्रमाणेच प्रत्येक ठिकाणी आपले स्थान जमवले होते. हा गट गावात पोचला. या गटाच्या समोर भगतसिंहांनी पहिल्यांदा आपले राजकारणातील भाषण दिले. आर्यलँण्ड चा इतिहास तसेच बंगालमधील क्रांतिकारकांच्या सहभागाबद्दल बोलत त्यांनी वर्तमानातील भारताची स्थिती याचे वर्णन केले. गटातील

स्वयंसेवकांनी भगतसिंहांची मुक्तकंठाने प्रशंसा केली. एक दिवसच काय ते सर्वजण तीन दिवस तेथे राहिले. इंग्रजांच्या भक्तांबरोबर गावातील एकही माणूस गेला नाही. दिलबाग सिंह ला अपमान गिळून बसावे लागले. हे सगळे शांततापूर्ण वातावरणात पार पडले. सरकार भगतसिंहांच्या विरुद्ध काहीही करु शकली नाही. त्यांच्या विरुद्ध कोणतीही तक्रार करू शकलो नाही म्हणून पोलिसांनी एक खोटी केस त्यांच्याविरुद्ध तयार केली आणि त्यांच्याविरुद्ध वॉरंट काढले. भगतसिंह लाहोरला पोचले. तेथे ते प्रोफेसर चन्द्रला भेटले. प्रोफेसर चंद्र नी त्यांना एक ओळखपत्र दिले. तेथून ते दिल्ली ला गेले आणि वीर अर्जुन मध्ये वार्ताहार म्हणून काम करू लागले. या पत्रात मात्र ते खोट्या नावाने (बलवन्त सिंह) काम करत. अकाली आंदोलन मागे घेण्यात आल्यानंतर ते लाहोरला परत आले.

दुसरे राजकारण तसेच समाजसेवा :

लाहोरला परतल्यावर देखील उत्तरभारतातील क्रांतिकारकांचा त्यांच्याशी संबंध होता. हिंदुस्थान रिपब्लिकन असोसिएशन च्या सदस्यांना बरोबर घेऊन संघटनेसाठी पैसे जमविण्यासाठी १ ऑगस्ट १९२५ ला हरदोई हून लखनौ ला जाणाऱ्या गाडीवर दरोडा टाकला. आणि काकोरी स्टेशनवर या गाडीतून सरकारी खजिना लुटला. ही घटना काकोरी कांड म्हणून भारताच्या इतिहासात नोंदली गेली. या घटनेतील काही क्रांतीकारी पडकले गेले. या क्रांतीकारकांना जेलमधून सोडविण्यासाठी एक योजना तयार करण्यात आली. या योजनेमध्ये भाग घेण्यासाठी भगतसिंह नोव्हेंबर १९२५ मध्ये कानपूर येथे गेले. पण फितुरीमुळे ही योजना सफल झाली नाही. अशाप्रकारची अजून एक योजना जानेवारी-फेब्रुवारी १९२६ मध्ये तयार केली गेली पण तीसुद्धा सफल झाली नाही. या योजनेतही भगतसिंह सामील झाले होते. लाहोर मध्ये त्यांचा संबंध सोहनसिंह जोरा यांनी स्थापन केलेल्या 'कीरती' किसान पार्टी शी सुद्धा होता. या संघटनेच्या कीरती या वर्तमानपत्रात ते लेख लिहीत.

तरुण भारत सभेची तयारी :

लाहोर मध्ये त्यांनी आपले मित्र तसेच सारख्या राजकीय विचारांच्या कार्यकर्त्यांना एकत्र केले. आपल्या लक्षापर्यंत कसे पोचायचे याबाबत विचारविनिमय केला. या विचारातूनच १९२६ मध्ये तरुण भारत सभा तयार झाली. जरी या सभेचे संस्थापक भगतसिंह असले तरी याचे अध्यक्ष श्री. रामकृष्ण बी ए ला

करण्यात आले. आणि भगतसिंह त्याचे मंत्री झाले. भारतीय संस्कृतीचा प्रचार, स्वदेशीला प्रोत्साहन, भारतीय भाषांची उन्नती, साधे जीवन जगणे, शारीरिक स्वास्थ्य, सामाजिक विषयांवर चर्चा, हे या सभेचे मुख्य उद्देश होते. त्यावेळच्या भारतसरकारच्या गृहमंत्रालयाने सन १९३० मध्ये या कार्यक्रमाची प्रशंसा केली होती. किरती पार्टी तसेच हिंदुस्थान रिपब्लिकन एसोसिएशन चे पण या सभेशी संपर्क होता. ही एक धर्म निरपेक्ष संस्था होती. या संस्थेचे सभासद होण्यासाठी प्रत्येक व्यक्तीला एक शपथ देण्यात येत असे की तो देशाच्या हिताचाच विचार करेल. लाहोर, अमृतसर, जालंधर, लुधियाना, मोटगुजरी, मोलि, मुलतान, सरगोधा, आणि सियालकोट इत्यादी तसेच पंजाबात विविध ठिकाणी यांच्या शाखा होत्या. रामकिशन, शार्दुलसिंग कवीश्वर, भगवतीचरण बोहरा, केदारनाथ सहगल, मीर अब्दुल मजीद, डॉ. सत्यापाल, सेफुद्दीन किचलू, पिण्डीदक्ष, आणि शायर लालचंद फलक हे या संस्थेचे सभासद होते. या संस्थेची उद्दिष्टे खालीलप्रमाणे होती.

क) पूर्ण भारतात कष्टकरी व शेतकऱ्यांसाठी पूर्ण गणराज्याची स्थापना.

ख) एक संपूर्ण स्वतंत्र गणराज्यासाठी देशाच्या तरुणांच्या मनात देशभक्ती जागृत करणे.

ग) सामप्रदायिकतेसह सर्व सामाजिक, आर्थिक, त्याचप्रमाणे औद्योगिक आंदोलनांचा सहानभूतीने विचार करणे. तसेच आदर्श शेतकरी आणि मजदूरांसाठी स्वतंत्र गणराज्य स्थापन करण्याच्या आंदोलनाला संमतीदेणे

घ) श्रमिक आणि शेतकरी यांना एकत्रित करणे.

यावरून असे स्पष्ट होते की ही संघटना कार्लमार्क्सच्या समाजवादी विचारांवर आधारीत होते. कदाचित याची प्रेरणा रशिया च्या १९१७च्या महान क्रांतीमधून मिळाली होती. या संघटने मध्ये हिंदुस्थान रिपब्लिकन असोसिएशनचे सदस्य निवडले जात. हिंदुस्थान रिपब्लिकन असोसिएशनच नंतर हिंदुस्थान समाजवादी रिपब्लिकन असोसिएशन म्हणून नावाजली गेली.

लाहोर विद्यार्थी युनियन :

जून १९२८ मध्ये भगतसिंहांनी विद्यार्थी युनियन बनवली. ही युनियन तरुण भारतीय सभेच्या विद्यार्थ्यांची एक शाखा होती. याचे आयोजन क्रांतिकारक सभासदांचे भरती केंद्र म्हणून करण्यात आले. या सभेत जास्तीत जास्त

विद्यार्थ्यांचीच भरती होत असे. या सभेने करतार सिंह सराभा यांच्या फाशीच्या दिवसाच्या स्मृतीप्रित्यर्थ ९ ऑगस्ट, १९२५ ला काकोरी कांडातील शहीद रामप्रसाद बिस्मिल, अशाफाकउल्ला खाँ, रोशनसिंह लाहिडी तसेच अजून काही शहीदांच्या स्मृतीप्रित्यर्थ लाहोर मधील ब्रैडलॉफ हॉलमध्ये शहीद दिवस साजरा केला. त्यावेळी भगतसिंहांनी रामप्रसाद बिस्मिलांची हृदयस्पर्शी गोष्ट सांगितली. ही सभा हिंदू –मुसलमान, स्पृश्य अस्पृश्य इत्यादी मधील भेदभाव मिटवण्यासाठी मेजवानींचे आयोजन करत असे. फजल, मंसूर, इलाही या मुसलमान सदस्यांनीही मुस्लिम कुप्रथांबाबत भाषणे केली होती. प्रिन्सिपल छबीलदासांनी हिंदू समाजातील जातीयवादाचा भरपूर विरोध केला. खुल्या सभांच्या अधिवेशनाशिवाय काही गुप्त सभाही होत. या गुप्त सभांचा सुगावा त्यांच्या वाटणाऱ्या पत्रांमुळे सरकारला लागला. मे १९३० मध्ये या सभेला गैरकानूनी म्हणून घोषित केले गेले. काकोरी कांड चे दोन क्रांतीकारी योगेशचंद्र चटर्जी, एस.एन.सन्याल कानपूर जेल मध्ये होते. त्यांना जेलमधून सोडविण्याचा भगतसिंहांनी खूप प्रयत्न केला. पण यात त्यांना यश आले नाही. या अपयशामुळे ते दु:खी जरूर झाले पण त्यांनी हार मानली नाही. परत पहिल्याप्रमाणे कार्यरत राहिले.

अटक :

सरकार भगतसिंहांच्या प्रत्येक हालचालींवर नजर ठेवूत होते. परंतु त्यांच्याकडे असे कोणतेच कारण सापडत नव्हते की, ते भगतसिंहांना अटक करु शकतील. असे कारण त्यांना १९२७ च्या दसऱ्याच्या दिवशी मिळाले. त्यावेळेस भगतसिंह फुलपाखरांच्या बागेमधून घरी परतत होते. या बागेत अनेक प्रकारची फुलपाखरे होती. भगतसिंहांना लाल पंखांचे फुलपाखरू विशेष आवडीचे होते. हे लिंबू आणि संत्र्यांच्या झाडांवरून इकडे तिकडे फिरत असे. तसेच हे त्यांना फारच आवडत असे.ते जेंव्हा बागेतून परत येत होते त्यावेळेस कोणीतरी दसऱ्याच्या जमलेल्या गर्दीवर बॉम्बहल्ला केला. या दुर्घटनेत १२ जण मृत्यूमुखी पडले तर ५६ जण जखमी झाले. यावर दंगल घडवून आणल्याबद्दल भगतसिंहांना अटक करण्यात आली. पण क्रांतिकारी या प्रकारच्या अगदी विरुद्ध होते. खरेतर बॉम्ब चन्नणदीन नावाच्या व्यक्तीने फेकला होता. तो पोलिसांचा माणूस होता. नंतर त्याचा मृत्यू साप चावून झाला. हे सारे कांड पोलिसांच्या सांगण्यावरून घडले. काकोरी कांडाची चौकशी करण्यासाठी पोलिस भगतसिंहांना पकडू इच्छित होती. एक महिना केस न चालू

करता त्यांना लाहोर जेल मध्ये ठेवण्यात आले. नंतर वास्टल जेलमध्ये रवानगी करण्यात आली. त्यांच्या विरुद्ध केस बनविण्यासाठी तसेच त्यांच्या विरुद्ध साक्षीपुरावे गोळा करण्यात पोलिसांना अपयश आले. शेवटी साठ हजार रुपयांच्या जामिनावर त्यांची सुटका करण्यात आली. या नंतर ना त्यांच्यावर खटला चालवला गेला ना जामिनकी रद्द केली गेली. त्यावेळी भगतसिंहांनी सांगितले की खटला तरी चालवा क़िंवा माझी जमानत रद्द करा. शेवटी १९२८ मध्ये त्यांची जमानत रद्द करण्यात आली.

जमानत असताना भगतसिंह आपले कार्य लपतछपत करत होते. जामिनकी मिळाल्यावर त्यांना स्वतंत्रपणे फिरण्याची मोकळीक मिळाली. या दिवसात काही इंग्रजी अधिकारी सरदार किशनसिंहांच्या फार्म हाऊसवर शिकार करण्यासाठी आले होते. एका देशभक्त परिवाराशी नाते आणि त्यांचे कार्य यामुळे भगतसिंहांवर सरकारची करडी नजर होती. सरकारचे त्यांच्याकडे दुर्लक्ष व्हावे यासाठी त्यांच्या वडीलांनी त्यांना एक दूध डेअरी उघडून दिली होती. या दूधडेअरी मध्ये भगतसिंहांचे एक वेगळेच रूप पाहायला मिळते. ते सकाळी ४ वाजता उठत. दूध काढत. सकाळ होताच ते दूध टांग्यात ठेवून लाहोरला जात. हा सगळा व्यवहार ते एका कुशल व्यापाऱ्यासारखा करत. कधी जर नोकर नसेल तर स्वत: शेण गोळा करत. जामीन मंजूर झाल्याबरोबर त्यांचे डेअरीतून लक्ष उडाले. ग्राहकांना वेळेवर दूध न मिळाल्यामुळे शेवटी डेअरी बंद करावी लागली. कुठे भारतमातेचा सच्चा पुत्र तर कुठे डेअरीचा व्यवसाय. जामीन नसतानासुद्धा रात्री डेअरी राजनैतिक उपक्रमाचे केंद्र व्हायची.

क्रांतिकारकांचे दिल्ली संमेलन :

संपूर्ण देशातल्या क्रांतिकारकांनी जुलै १९२८ मध्ये सगळ्यांना एकत्र आणण्यासाठी एक संमेलन ठेवले. संमेलन त्याच वर्षी ऑगस्ट किंवा सप्टेंबर मध्ये फिरोजशाह या किल्यावर झाले. (खरं हे संमेलन किती दिवस झाले, या विषयाबद्दल वेग-वेगळ्या पुस्तकात वेगळे वर्णन आहे. काही पुस्तकांमध्ये येवढेच लिहिलेले मिळते की हे संमेलन सप्टेंबर १९२८ मध्ये झाले. तर काही पुस्तकात ते ८-९ सप्टेंबर ला झाले असे लिहिले आहे तर काही पुस्तकात ते ८ ऑगस्ट ला झाले असे ही आहे. पोलिसांच्या माहितीनुसार ही मिटींग फिरोजशाह कोटला वर ८ ऑगस्ट १९२८ ला ठेवली होती. या संमेलनात उत्तर प्रदेश, पंजाब, राजस्थान,

बिहार, या चार राज्यांमधल्या क्रांतीकारकांनी भाग घेतला होता. भगतसिंह, सुखदेव, यशपाल, राजगुरु, महावीर सिंह, विजयकुमार सिन्हा, सुरेंद्र पांडे, भगवतीचरण, ब्रह्मादत्त, जतीनद्रनाथ दास, शार्दूलसिंह उर्फ मोहनसिंह इत्यादी प्रसिद्ध क्रांतीकारी इथे उपस्थित होते. एकूण साठ क्रांतिकारकांनी यात भाग घेतला त्यात ५ महिलांचाही समावेश होता. भगतसिंह या संमेलनाचे मंत्री होते. ही बैठक रात्री झाली. चंद्रशेखर आझाद या मिटींगला येऊ शकले नाहीत. भगतसिंह आणि शिवशर्मा या आधीच त्यांना भेटून आले होते. त्यांनी या सभेमध्ये जो बहुमताने निर्णय होईल त्याला माझी संमति असेल असे आश्वासन दिले. बंगालच्या क्रांतिकारकांना या समेलनामध्ये सहभागी होण्यासाठी शिव शर्मा गेले होते परंतु त्यांनी या सहभागी होण्यासाठी काही अटी पुढे ठेवल्या. त्यांची पहिली अट ही होती की, सगळ्या प्रांतातील क्रांतिकारी अनुशीलन दलाच्या नेत्यांच्या अधिपत्याखाली राहतील. दुसऱ्या अटीनुसार आता केवळ सदस्यांची भरती किंवा हत्यारे जमा करणे हेच काम होते. परंतु क्रांतीकारकांची ही नवी संघटना व्यक्तीगत दलाच्या व्यक्तीगत मास्टरच्या विरुद्ध होती. शेवटी अशा प्रकारच्या नेत्यांना संमेलनापासून दूर ठेवण्यात आले. या बैठकीत असे ठरविण्यात आले की, क्रांती झाल्यानंतर देशासाठी समाजवादी सिद्धांताचा स्वीकार केला गेला. भगतसिंहाच्या सल्ल्यानुसार 'हिंदुस्थान रिपब्लिकन ऐसोसिएशन' चे नाव बदलून 'हिंदुस्थान सोशालिस्ट रिपब्लिकन असोसिएशन' ठेवले. या असोसिएशनच्या अंतर्गत एका नव्या सेल ची स्थापना करण्यात आली. ज्याचे नाव 'हिंदुस्थान सोशालिस्ट रिपब्लिकन असोसिएशन आर्मी' असे ठेवण्यात आले. चंद्रशेखर आजादांना याचे कमांडर इन चीफ म्हणून निवडून देण्यात आले. एक अखिल भारतीय कार्यकारिणी बनवण्यात आली. भगतसिंह, सुखदेव, विजय कुमार सिन्हा, जतीन्द्रनाथ, चंद्रशेखर उर्फ कुंदनलाल यात सहभागी केले गेले. कोणत्याही निर्णयावर केंद्रीय कार्यकारिणी प्रथम विचार करेल असा निर्णय घेण्यात आला. सगळ्या प्रांतातील क्रांतीकारकांशी संबंध ठेवण्यासाठी एक आंतरप्रांतीय समिती नेमण्यात आली. याची जबाबदारी भगतसिंह आणि विजयकुमार सिन्हा यांच्यावर सोपवण्यात आली. सुखदेव पंजाब, शिव वर्मा संयुक्त प्रांत (उत्तर प्रदेश) कुंदनलाल राजस्थान, तर फणींद्रनाथांना बिहार या राज्यांचे प्रमुख बनवले गेले. हत्यारे आणि फंड यांना मात्र केंद्रीय कार्यकारिणीच्या अधिकारात ठेवले होते. असे ठरवले गेले होते की, ज्या प्रांताला गरज पडेल तिथे हत्यारे पाठवली जातील

व कार्य संपल्यावर ती पुन: केंद्रीय कार्यकारिणीकडे परत केली जातील. याचबरोबर खालील निर्णय घेतले गेले.

क) सायमन कमीशनवर बहिष्कार घालायचा तसेच त्यांना घेऊन जाणाऱ्या गाडीत बॉम्ब टाकायचा.

ख) कलकत्ता, सहारनपुर, आग्रा तसेच लाहोर मध्ये बॉम्ब तयार करण्याचे कारखाने उभे करायचे.

ग) एक बॉम्ब बनवणारी निष्णात व्यक्ती शोधायची की, जी संघटनेतल्या दुसऱ्या सदस्यांना बॉम्ब बनविण्याचे प्रशिक्षण देऊ शकेल.

घ) काकोरी कांडांबद्दल माहिती देणाऱ्याची हत्या करायची तर योगेशचंद्र चटर्जी यांना जेल मधून सोडवायचे.

ङ) पैसा एकत्र करण्यासाठी दरोडे टाकण्यात येतील. जर वेळ पडली तर सरकारी खजिने लुटायचे.

या मिटींग नंतर संघटनेचे मुख्य कार्यालय आग्रयाहून झाशीला आणण्यात आले. काकोरी कांड झाल्यानंतर सुद्धा हे कार्यालय इथेच ठेवले होते.

या बैठकीनंतर भगतसिंह आपल्या सहकाऱ्यांबरोबर भटिंडा ला जाऊन पंजाबकडे निघाले. पोलिस प्रत्येक ठिकाणी क्रांतिकारकांचा शोध घेत होती. दिल्ली मध्ये त्यांनी पंजाब पोलिसांचे कपडे परिधान केले. त्यांचा एक साथीदार पुढे आणि एक साथीदार मागे असे ते चालले होते. असे वाटत होते की, ते जणू त्या दोघांना आपल्या बरोबरच घेऊन जात आहेत. ते भटिंडाला जाणाऱ्या गाडीमध्ये बसले. गाडी सुटायला दहाच मिनिटे राहीली होती एक ठाणेदार आला व तो विचारु लागला –

'तुम्ही कुठे चालला आहात?'

'फिरोजपूर' भगतसिंहांनी उत्तर दिले.

'कोणते पोलिसठाणे आहे'

'निहालसिंह'

'तुमच्या पेटीचा नंबर काय आहे?'

'पहा २३४०५०१'

'रेल्वे पास'

'माझ्या बरोबरचा माणूस तो बदलायला गेला आहे.'

'तुमचे नाव'

'करतार सिंह'

'तुम्ही कशासाठी आला होतात?'

'कैद्यांना सोडण्यासाठी'

ठाणेदाराचा भगतसिंहांच्या या बोलण्यावर विश्वास बसला नाही. शेवटी तो तिकिट खिडकीवर गेला. ही चौकशी करायला की खरंच कुठल्या पंजाब पोलिसाचा पास बदलला गेला आहे का? तो जाताच भगतसिंह शौचालयत जाऊन पोलिसांचा ड्रेस काढून साधूचा वेष केला. हातात गीता घेऊन ते दुसऱ्या डब्यात जाऊन बसले. गाडी सुरु झाली. पुढच्या स्टेशनवर तो ठाणेदार गाडी थांबल्यावर डब्यात अत्यंत सावधानतेने पहात होता पण तो त्यांना ओळखू शकला नाही. नशीब ते सुरक्षित भटिंडाला पोचले.

* * *

(३)
सायमन कमीशन चा बहिष्कार
लाला लजपतराय यांचा मृत्यू

सन १९१९ पासून लागू झालेले शासन सुधार अधिनियमांना चेक करण्यासाठी इंग्लंडहून एक कमीशन भारतात येणार होते. ८ नोव्हेंबर १९२७ ला वाईसरायने घोषणा केली की, एक सात सदस्य असेलेले लॉर्ड सायमन नेतृत्व करत असलेले कमीशन भारतात येणार आहे. जे इंग्लंड सरकारला इथल्या प्रगतीचा अहवाला देईल. भारत १९२४ से ही सांप्रदायिकतांच्या दंगलीमध्ये जळत होता. आपल्या कलकत्ता येथील अधिवेशनात काँग्रेस ने पहिल्यांदाच या कमीशनवर बहिष्कार घालण्याचा निर्णय घेतला होता. फेब्रुवारी १९२८ मध्ये हे कमीशन मुंबई येथे पोहोचले. त्यादिवशी संपूर्ण देशात संप केला गेला आणि सायमन परत जा अशा घोषणा दिल्या गेल्या. या प्रकारच्या आंदोलनामुळे इंग्रज सरकार चिंतेत पडली. अशाप्रकारचे आंदोलन दिल्ली आणि मद्रास मध्ये काळे झेंडे दाखवून सायमन कमीशन चा विरोध केला. मद्रास मध्ये पोलिसांच्या गोळीबारामुळे तीन आंदोलकांचा मृत्यू झाला. कलकत्ता मध्ये सुद्धा मोठ्या प्रमाणावर आंदोलन झाले. या कमीशनमध्ये कोणीही भारतीय सदस्य नव्हता. जवळ जवळ सर्वच राजकीय दलांनी या आंदोलनामध्ये भाग घेतला होता. त्यामुळे सगळा देशच या कमीशनच्या विरोधात होता.

कमीशनचा लाहोर मध्ये बहिष्कार :

फिरोजशाह कोटला दिल्ली ला असलेल्या सभेवर बॉम्ब टाकण्याची क्रांतिकारकांची योजना होती. परंतु संघटनेकडे पैसे नव्हते. या काळात संघटनेचा एक सदस्य कैलाशपति जो गोरखपूर पोस्टात कर्मचारी होता. पोस्टातून त्याने एक हजार आठशे रुपये घेऊन तो फरार झाला. त्याने हा पैसा संघटनेच्या केंद्रीय कार्यकारिणीला दिला. या छोट्याशा मदतीमुळे काम चालू झाले. शेवटी बॉम्ब ची योजना सफल झाली नाही. सायमन कमीशन ला विरोध करणाऱ्या विविध

राजनितिक संघटनांच्या बरोबर राहून मोठे विरोध प्रदर्शन करावे असा निरोप संघटनेच्या लाहोर शाखेला मिळाला.

सायमन कमीशन ३० ऑक्टोबर १९२८ ला लाहोरला पोचले. सर्व संघटनेच्या मोर्चाचे नेतृत्त्व लाला लजपतराय करत होते. भगतसिंह स्वत: लालाजी जवळ येऊन काही क्रांतिकारकांची फौज त्यांच्या मागे पुढे राहील याची परवानगी घेतली. क्रांतिकारकांनी त्यांना घेरावच घातला होता. एका क्रांतिकारकाने त्यांच्या डोक्यावर छत्री धरली. सगळ्यांच्या हातात काळे झेंडे होते आणि ते सगळे सायमन परत जा. तसेच इन्कलाब जिंदाबाद या घोषणा देत होते.

गर्दीचा जणू महासागर उसळला होता. सर्वजण पुढे पुढे जात होते.सरकारने पण ह्या आंदोलनाला आपल्या प्रतिष्ठेचा प्रश्न मानला होता. कोणीच हार मानायला तयार नव्हते.

लालाजींवर लाठीहल्ला व त्यांचा मृत्यू :

इतक्यात तेथे लाहोर चा पोलिस अधिक्षक मिस्टर स्कॉट आपल्या साथीदारांबरोबर तेथे आला. एवढ्या जास्त संख्येने जमलेले आंदोलक पाहून त्याने असे ठरवले की, कमीशनला अपमानास्पद वागणूकीतून वाचवायचे असेल तर ह्या सगळ्यांना इथून हटवावे लागेल. त्यासाठी त्याने आपल्या विश्वासू सहकारी साण्डर्स ला हे कार्य करण्यास सांगितले. ह्या गर्दीला पांगवण्यासाठी त्याने पहिल्यांदा साधा लाठी चार्ज केला. परंतु या लाठीहल्याचा तरुणांवर काही प्रभाव पडला नाही. यानंतर साण्डर्स नी भुकेल्या लांडग्याप्रमाणे जोरदार हल्ला केला. त्याने पहिला वार लाला लजपतराय यांच्या छातीवर तर दुसरा वार खांद्यावर तर तीसरा वार त्यांच्या डोक्यावर केला. नंतर स्कॉट ने स्वत: काठी घेऊन लालाजींना निर्दयपणे मारणे सुरु केले. त्यांच्या डोक्यावर खोल जखमा झाल्या. ते रक्तबंबाळ झाले, अनेक लोक पण जखमी झाले. भगतसिंह हे सगळे आपल्या डोळ्यांने पाहत होते. त्यांच्या रागाला पारावार राहिला नाही, पण लालाजींच्या संकेतामुळे ते गप्प बसले. तरुण अजूनही त्यांच्याभोवतीचे कडे तोडायला तयार नव्हते. पण लालाजींनी अशी आज्ञा केली की, पोलिसांच्या या अमानवी कृत्याला विरोध म्हणून आपण हे आंदोलन रहित करायचे आहे. शेवटी तरुणांना ही त्यांची आज्ञा पाळावी लागली.

त्याच संध्याकाळी कमीशनच्या विरोधात लाहोर च्या मोरी दरवाजा मैदानात एक सभा झाली. या सभेत पोलिस अधिक्षक नील पण होता. जखमी लालाजी नी

पोलिसांच्या या कृत्याबद्दल निंदा केली व आपले भाषण सुरु केले, ते म्हणाले, जे सरकार नि:शस्त्रजनतेवर या प्रकारचा क्रूर हल्ला करते त्या सरकारला सभ्य म्हणायचे का? आणि असे सरकार कायम टिकत नसते. मी आज ही घोषणा करतो की, ज्या सरकारच्या पोलिसांनी माझ्यावर जो वार केला आहे तोच वार एक दिवस या सरकारला डुबवेल. माझ्यावर जो लाठीहल्ला झाला आहे तो भारतात ब्रिटीश शासनासाठी कफन असेल.''

यानंतर लालाजींना त्वरेने हॉस्पिटल मध्ये दाखल केले गेले. आठ दिवसानंतर १७ नोव्हेंबर १९२८ मध्ये त्यांचा मृत्यू झाला. भगतसिंहांच्या मते लालाजींचा मृत्यू हा सगळ्या राष्ट्राचा अपमान होता. याचा बदला खून के बदलात खून असाच होऊ शकतो. इंग्लंड च्या संसदेच्या खालच्या सभागृहातसुद्धा या घटनेचे पडसाद उमटले. संसदेचे एक सदस्य कर्नल वेजवुड नी सरकारकडे या घटनेचे स्पष्टीकरण मागितले. परंतु सरकारने या हत्येला आपण जबाबदार नाही असे सांगितले. तसेच सरकारने खोटे सांगितले की, 'लाला लजपतराय यांचा मृत्यू हा त्यावेळी लागलेल्या जखमेमुळे झालेला आहे.' या विषयाची न्यायालयीन चौकशी किंवा लाला लजपतराय यांच्या संबंधितांची माफी मागणे ह्या मागणीला ही नकार दिला. यासगळ्यामुळे इंग्रज सरकारचा ढोंगी चेहरा सगळ्यांच्या समोर आला.

साण्डर्स चा वध :

लाला लजपतराय यांच्या हत्येचा बदला घेण्यासाठी हिंदुस्थान सोशालिस्ट रिपब्लिकन आर्मी ची एक बैठक १० डिसेंबर १९२८ च्या रात्री लाहोरला झाली. यात भगतसिंह, चंद्रशेखर आजाद, महावीर सिंह, सुखदेव, राजगुरु, जयगोपाल, किशोरीलाल तसेच दुर्गादेवी हजर होते. भगतसिंहांनी देशाच्या दुरावस्थेचे वर्णन केले आणि म्हणाले, '' सगळ्या देशात तणावाचे वातावरण आहे. बंगालच्या संघटनेने भरपूर काम केले आहे. त्यांनी काही अधिकाऱ्यांचे खून केले आहेत. इंग्रज घाबरले आहेत. याचा परिणाम म्हणजे ते आपल्या परिवारांना परत ब्रिटनला पाठवायला लागले आहेत. काही दिवसात त्यांना असे वाटायला लागेल की, भारत त्यांच्या अधिकारात राहणार नाही. लालाजींच्या हौतात्म्यामुळे काँग्रेसच्या लोकांची मने हेलावली होती. पंडित जवाहरलाल नेहरु येणाऱ्या काँग्रेसच्या अधिवेशनात काही ठोस योजना बनवतील पण मला त्यांच्याबद्दल अजीबात विश्वास नाही की ते काही करू शकतील. तसेच तरुणांचे रक्त आता उसळत आहे.

या सभेचे अध्यक्ष चंद्रशेखर आजाद होते. ते सदस्यांसमोर बोलताना म्हणाले, की, मित्रहो, आपण स्वातंत्र्यासाठी ब्रिटीश सरकार बरोबर युद्ध करत आहोत. शत्रूकडे शस्त्र अस्त्र तसेच युद्धसामग्री अमर्यादित आहे. पण आपल्याकडे फक्त बलिदानाची भावना आणि लोकमत आहे. हेच आपले शस्त्र आणि हीच आपली शक्ती आहे.

यानंतर भगतसिंह परत बोलले, 'केवळ एकट्या स्कॉट ला नाही तर आपल्याला अशा अनेक इंग्रजी अधिकाऱ्यांना मृत्यूदंडाची शिक्षा दिली पाहीजे. राज्यपालाला पण जिवंत ठेवायचे नाही. एका हिंदुस्थानीच्या हत्येचा बदला दहा इंग्रजी अधिकाऱ्यांना ठार मारुन घ्यायचा. तेव्हांच शत्रूला कळेल.

दुर्गादेवी ने स्कॉट ला मारायचा असा प्रस्ताव मांडला. यावर भगतसिंह म्हणाले, 'तो माझ्याहातून मरायला पाहिजे.' यानंतर राजगुरु, सुखदेव, जयगोपाला आणि दुर्गादेवी या कामासाठी स्वतःहून तयार झाले. दुर्गादेवीला चंद्रशेखर आजादांनी सांगितले की, स्त्रियांनी अशा कामात भाग घेऊ नये. तसेच त्यांच्यावर असे कार्य सोपवण्यात येणार नाही. त्यांचे सहकार्य क्रांतिकारकांना नंतर बाहेर काढण्यासाठी होईल.

शेवटी भगतसिंह, राजगुरु, सुखदेव, आजाद और जयगोपाल यांना हे कार्य सोपविण्यात आले. जयगोपालला एक आठवडाभर स्कॉट वर नजर ठेवायला सांगितली. तो कुठे जातो येतो, काय काम करतो, कोणत्या रस्त्याने येतो जातो या सगळ्याची माहिती मिळेल. यानंतर १५ डिसेंबर १९२८ ला दुसरी मिटींग झाली. यामध्ये जयगोपालने स्कॉट च्या बाबतची सर्व माहिती दिली. नंतर स्कॉट च्या हत्येची योजना बनविण्यात आली. प्रत्येकाला वेगवेगळे काम सोपविण्यात आले. जयगोपाल स्कॉट च्या कार्यालयाच्या बाहेर उभा राहणार होता आणि तो कार्यालयाच्या बाहेर येताच रुमालाने खूण करणार होता. राजगुरु आणि भगतसिंह यांनी या रुमालाच्या खुणेबरोबर स्कॉट ला गोळी मारायची होती. आजाद आणि सुखदेव यांचे काम असे होते की जेंव्हा राजगुरु व भगतसिंह स्कॉट ला गोळी मारुन पळून जातील त्यावेळेस त्यांना कोणी बघता कामा नये. आजाद आणि सुखदेव या कामात अगदी निष्णात होते. यामध्ये शत्रूवर गोळ्या चालवून आपले डोके जमीनच्या दिशेने झुकवून ठेवायचे.

१७ डिसेंबर १९२८ च्या दुपारी जयगोपाल ला पोलिस कार्यालयात स्कॉट

वर नजर ठेवण्यासाठी पाठवले. जयगोपाल स्कॉट च्या कामावर लक्ष ठेवून होता. बाकीचा साथीदार आपले आपले कार्य करण्यासाठी बाहेर पडले. स्कॉट चे कार्यालय पंजाब सिविल मंत्रालयामध्ये होते. जयगोपालने बहुतेक स्कॉट ला पाहिलेच नव्हते. तो सॅण्डर्स ला स्कॉट समजला होता. सगळे साथीदार आपापल्या जागेवर तयार होते. जयगोपाल पोलिस कार्यालयाच्या कंपाउंडच्या जवळच एक सायकल घेऊन उभा होता जणू काही सायकल खराब झाली आहे. सायकल जवळ ठेवायचे एक कारण असेही होते की, जर पहिली गोळी चुकली तर सायकलवर बसून त्याचा पाठलाग करायचा व गोळी मारायची. भगतसिंह आणि राजगुरु कार्यालयाच्या गेटच्या थोडेसे दूर उभे होते. आजाद कार्यालयाच्या बरोबर समोर डी.ए.वी. कॉलेजच्या कंपांऊंड मध्ये उभे होते. गोळी मारून भगतसिंह आणि राजगुरु यांना ही त्याच रस्त्याने जाऊन कॉलेजच्या हॉस्टेलमध्ये जायचे होते. आजादांच्या जवळ माउजर पिस्तुल होते, ज्यातून रायफलप्रमाणे छातीवर टेकवून साधारण पिस्तुलापेक्षा लांब निशाना लावू शकतो. पहिल्यांदा लिहिलेले आहेच की, जयगोपाल सॅण्डर्सला स्कॉट समजत होता. साण्डर्स जेंव्हा कार्यालयाच्या बाहेर निघाला जयगोपाल नी इशारा केला. तो हळुहळू फाटकाजवळ पोचतच होता की, राजगुरु ने अत्यंत चपळाईने त्याच्या मानेवर गोळी झाडली. त्या गोळीमुळे एक किंकाळी मारत साण्डर्स आपल्या मोटारसायकलसहित खाली पडला. लगेचच भगतसिंहांनी चार-पाच गोळ्या त्याच्या डोक्यात मारल्या आणि दोघेही कॉलेजच्या कंपाऊंडकडे पळून गेले.

एक पोलिस कॉन्सटेबल ही सारी घटना पहात होता. परंतु त्याला पुढे जाऊन काही करण्याचे धाडसच झाले नाही. जेंव्हा भगतसिंह व राजगुरु पळून जाऊ लागले तेव्हा त्याने आरडाओरडा करण्यास सुरुवात केली. त्याचा आरडाओरडा ऐकून एक ट्रॅफिक इन्स्पेक्टर व दोन शिपाई भगतसिंह व राजगुरु यांच्या पाठीमागे धावले. भगतसिंहांनी वळून गोळी चालवली. तो वाचण्यासाठी वाकला आणि पडला त्याला गोळी लागली नाही. बाकीचे शिपाई घाबरले. आजाद म्हणाले, चला,. भगतसिंह आणि राजगुरु निघाले. आजाद तिथे रस्ता अडवून उभे राहिले. एक कॉन्स्टेबल भगतसिंहांच्या मागे धावला. आजाद एकदम ओरडले, खबरदार, मागे फिरा. दोन शिपाई थांबले पण चंदनसिंह थांबला नाही. आजादांच्या एका गोळीने त्याचा खेळ खलास झाला. मग कोणीही पाठलाग केला नाही. तीनही

साथीदार कॉलेजच्या हॉस्पिटल मधे गेले. मग तेथे थोडावेळ थांबून मागच्या दरवाज्याने निघून गेले. पंजाब सरकार नी गृहमंत्रालय भारत सरकारला सूचना दिली की, अत्यंत दु:खी होऊन सांगावे लागत आहे की, आज दुपार नंतर दोन वाजता दोन तरुणांनी पोलिस सहायक अधिक्षक साण्डर्स वर गोळी चालवली आणि त्यांचा त्यात मृत्यू झाला. ते दोघेही तरुण डी.ए.वी कॉलेजच्या रस्त्याने निसटले. त्यांचा शोध लगेच सुरु केला पण अजून कुणाला ही अटक केली नाही. त्यांचा पाठलाग करणारा एक पोलिस पण यात मारला गेला.

या सूचनेनंतर एक विस्तृत रिपोर्ट पाठवला गेला. या घटनेनंतर दुसऱ्यादिवशी प्रत्येक ठिकाणी भिंतीवर गुलाबी रंगाची पोस्टर चिकवटले होते. ज्यात लाल शाईने लिहिले होते की 'हिंदुस्थान समाजवादी गणतंत्र सेना नोटीस नोकरशाही सावधान.'

जे. पी. साण्डर्स ची हत्येने लाला लजपतराय यांच्या हत्येचा बदला घेतला गेला.

एका साधारण ऑफिसरच्या दुष्ट हाताने तीस करोड जनतेचे सन्मानित नेते त्यांच्यावर हल्ला करून त्यांची हत्या करणे ही गोष्टच किती शरमेची आहे. हा राष्ट्राचा अपमान आहे. तसेच भारतीय तरुणांना आणि पुरुषांना हे एक आव्हान होते. आज सगळ्या जगाने पाहिले की, भारतीय जनता प्राणहीन नाही. भारतीयांचे रक्त थंड पडलेले नाही. ते देशाच्या रक्षणासाठी आपल्या प्राणांची बाजी लावतात. हे सगळे त्या युवकांनी दाखवून दिले ज्यांची देशाचे नेते निंदा करत.

साण्डर्स च्या हत्येमुळे भगतसिंहांना संपूर्ण देशाचा एक प्रिय नेता बनवले. भगतसिंहांच्या या कार्याची प्रशंसा करताना पंडित जवाहरलाल नेहरुंनी आपल्या आत्मकथेत असे लिहिले आहे. की, भगतसिंह एक प्रतीक बनले आहेत. साण्डर्स चा वध जरी विसरलो तरी काही काळातच पंजाबातल्या प्रत्येक गावात आणि शहरात तसेच उत्तरी भारतात त्यांचे नाव घुमत राहील. त्यांच्यासाठी अनेक गीतांची रचना केली गेली. अशाप्रकारे त्यांना मिळणारी लोकप्रियता ही आश्चर्यचकित करणारी होती.

लाहोर हून सुटका :

डी.ए.वी कॉलेजच्या हॉस्टेलवरून निघण्यापूर्वी भगतसिंहांनी आपले केस व दाढी कापली तसेच आपले कपडे ही बदलले. एक पॅट व एक हॅट आपल्या

मित्राकडून मागून घेतली. मित्राने विचारले " आता तुम्ही कुठे जाणार"

भगतसिंह म्हणाले, " दुर्गा वहिनीच्या घरी"

"त्यानंतर ?"

"मी त्यांना लाहोरला सोडण्यास सांगीन."

"मग?"

"जेथे मी जाऊ शकेन."

"पण काही विचार तर केला असेल, कुठे?"

"काही सांगू शकत नाही. असंही होऊ शकेल की कुठे जंगलात किंवा डोंगरावर रहावे लागेल."

"खर्चाला पैसे आहेत ?"

"माझ्याकडे दोनशे रूपये आहेत"

"माझ्याकडून शंभर रूपये घे, मी घरून मागवू शकतो. तुला बाहेर पैशांची गरज लागेल."

"ठीक आहे. दे. "

यानंतर भगतसिंह तेथून निघाले. त्यांना त्यांचा वेष बदलेला होता. परंतु शिपायावर गोली मारताना काही शिपायांनी त्यांना पाहिले होते. काय माहित कोण कधी ओळखेल? शेवटी एक नवी योजना बनवून सुखदेव व भगतसिंह दुर्गा वहिनी कडे (प्रसिद्ध क्रांतिकारी भगवती चरण वोहरांची पत्नी श्रीमती दुर्गा देवी) पोहोचले. दुर्गावहिनी शेजारच्या एका महिलेबरोबर कुणाकडून तरी संस्कृत शिकत होती. सुखदेव त्यांना बोलावून "बाहेर जाऊ शकशील" असे विचारले.

"कुठे?" काय काम आहे"? वहिनींनी विचारले.

" या प्रसंगातल्या एका माणसाला लाहोरच्या बाहेर काढायचे आहे. तू त्याची बायको म्हणून बरोबर जायचे आहे. धोका आहे. विचार कर. गोळी पण लागू शकते." वहिनीच्या चेहऱ्याकडे बघत सुखदेव ने सगळे सांगितले.

"कोण आहे?"

"जाईन"

"तो रात्री इथेच राहिल. या शिकण्याला आता बंद कर"

"ठीक आहे."

थोड्या वेळाने ओव्हरकोट व हॅट घातलेला एक व्यक्ती तेथे नोकराबरोरबर

सायमन कमीशन चा बहिष्कार लाला लजपतराय यांचा मृत्यू

आला. त्याला बसवून दुर्गावहिनी सुखदेवच्या चेहऱ्याकडे बघू लागली. जणू काही विचारत होती की, ही व्यक्ती कोण? शेवटी सुखदेवने विचारले, ''याला ओळखतेस?''

आता वहिनीने नीट पाहिले ''भगत''

भगतसिंह व सुखदेव हसायला लागले.

सकाळी पाच वाजता कलकत्ता मेल ने जायचे ठरले. भगतसिंह साहेब आहेत. त्यांनी वहिनीच्या ३ वर्षाच्या मुलाला शची(श्री. शचीन्द्रकुमार बोहरा) याला मांडीवर घेतले होते. त्यांनी आपला चेहरा टोपीने अर्धा झाकला होता. तसेचे ओव्हरकोटाची कॉलर वरपर्यंत ओढली होती. खिशात भरलेली पिस्तुल होती. बरोबर राजगुरु नोकराच्या वेशात होता. त्याच्या कमरेला पण पिस्तुल होते. वहिनी मेम च्या मेकअप .मध्ये होती. सगळेजण टांग्यातून लाहोर रेल्वे स्टेशनवर पोचले. फ्लॅटफॉर्मवर सगळीकडे पोलिस फिरत होते. भगतसिंहांनी पहिल्या वर्गाचे तिकीट काढले व गाडीत बसले. कुणालाही त्यांच्याबद्दल संशय आला नाही. गाडी सुरु झाली. अशा प्रकारे इंग्रजांच्या डोळ्यात धूळ फेकून ते कलकत्ता येथे पोचले.

सगळ्या देशात साण्डर्स च्या हत्याकांडाच्या क्रांतिकारकांना शोधण्याची मोहिम सुरु होती. याच दिवसात कलकत्त्याला काँग्रेस चे अधिवेशन सुरु होते. अत्यंत धाडसी भगतसिंह या आधिवेशनात जाऊन आले. पोलिस त्यांना पकडू शकली नाही. पण गुप्तचरांनी गृहविभागाला सूचना दिली होती की, काँग्रेस अधिवेशनाच्या काळात कलकत्याला भगतसिंह दिसले.

इथे हे सांगायलाच हवे की, ज्या रेल्वेने भगतसिंह कलकत्त्याला गेले त्याच रेल्वेने आजाद पण लाहोरला गेले. त्यासाठी त्यांनी आपल्या साथीदारांना मुथुरेचे पांडे बनवले होते तर स्वत: त्याचे गुरु बनले होते. हातात गीता व अंगावर रामनामाची चादर.

* * *

(४)

अस्मेब्ली बाँब स्फोट

कलकत्यात भगत सिंगांचा परिचय आतुल गांगुली, प्रोफेसर ज्योतिष घोष, फणिद्रनाथ घोष आणि जे. एन.दास यांच्या सारख्या प्रसिद्ध क्रांतिकार्यां बरोबर झाला. तेथे त्यांनी आपल्या दलाचं एक कार्यालय पण उघडलं. त्यांची सर्व काम रात्रीची केली जात होती आणि ते दिवस भर झोपत होते. इथेच त्यांनी जतिन्द्रनाथ दास याना दिल्ली,आग्राव कानपुर केन्द्रांची स्फोटके बनवायला सहमत करुन घेतलं.ह्याच काम सर्व प्रथम कलकत्त्यात कवलनाथ तिवारी यांच्या घरात स्फोटक बनवण्यास सुरवात केली.काही दिवस कलकत्यात राहील्या नंतर ते वेगळे राहून बंगाल संयुक्त प्रांतात क्रांतीकारकांच्या क्षेत्रात फिरत राहिले. यानंतर त्यांनी आपल्या कलकत्त्याच्या साथीदारांच्या मदतीने आगऱ्याला बॉम्ब तयार करण्याची फॅक्टरी बनवली. वेगवेगळ्या राज्यातील क्रांतीकारक येथे येऊन बॉम्ब तसेच दारुगोळा बनवणे शिकले. एका महिन्याच्या ट्रेनिंगनंतर ते परत आपापल्या राज्यात गेले. तिकडे त्यांनी अशाचप्रकारचे कारखाने चालू केले आणि बॉम्ब करणे सुरु केले. सुखदेवाने लाहोर मध्ये तर शिव वर्मा ने सहारनपुर मध्ये बॉम्ब तयार करण्याचा कारखाना चालू केला. बॉम्ब च्या प्रशिक्षणासाठी झाशीच्या जवळ एक जंगल निवडले होते. जिथे भगतसिंह उपस्थित होते.

आगऱ्यामध्ये भगतसिंहांनी हिंग मंडीमध्ये व नमकमंडीमध्ये दोन घरे भाड्याने घेतली होती. यात बॉम्ब बनवण्याचे कारखाने सुरु झाले तसेच त्यांच्या संघटनांच्या बैठकीही ह्याच घरांमध्ये होत. 'हिंदुस्थानी समाजवादी गणतंत्र संघ' या संघटनेची केंद्रीय कार्यकारणीची एक सभा हिंग मंडीच्या घरामध्ये झाली होती, इथेच 'पब्लिक सुरक्षा बिल तसेच डिस्प्युटस बिल वर चर्चा झाली. इथे आपले विचार मांडताना भगतसिंह म्हणाले, 'ब्रिटीश साम्राज्यवादा मधे न्यायाला काही महत्त्व नाही. हे गुलामांना श्वास न घेऊ देता त्यांना मारणे व लुटणे करु इच्छितात. एवढेच नाही तर त्यांनी कठीण दडपशाही करणारे नियम तयार केले व ह्या विरुद्ध आवाज उठवला तर गोळी मारणार. बघु पुढे काय होते ते'

अस्मेब्ली बाँब स्फोट

ताराचंदांनी ह्या समस्येच्या इलाजाच्या विषयावर विचारले, भगत सिंह म्हणाले- बलिदान? तरच,अस्मेंब्लीच्या ब्रिटिश व भारतीय सदस्यांचे डोळे उघडतील.

असं कसं होइल? असं ज्या वेळी चंद्रशेखर आजाद यांनी विचारले त्या वेळी भगत सिंगांनी केन्द्रिय अस्मेंब्लीत स्फोट घडवण्याचा प्रस्ताव आणला, ह्या प्रस्तावावर गंभीर पणे विचार केला शेवटी त्याचा स्वीकार केला गेला.ह्यासाठी अशा प्रकारची योजना बनवली.

अस्मेंब्लीत प्रवेश मिळवण्यासाठी परावाना मिळवण्यात आला. आणि आंत गेल्यावर स्फोट करुन धाकधपडशा कायद्याचा तीव्र विरोध प्रकट करायचा आणि त्या विषयी अस्विकृति व्यक्त करायच. गोळा फेकताना एक गोष्ट ध्यानांत ठेवायची, कि कोणत्याही व्यक्तिला कोणत्याही प्रकाराची इजा करायची नाही. 'इन्कलाब झिंदाबाद' ची घोषणा द्यायच्या आणि आपलं म्हणणं समजावण्यासाठी पत्रिका फेकायच्या, ह्या नंतर ठरविक क्रांतिकरी स्वत:ला अटक करुन घेतील. नंतर न्यायालयास आपले विचार मांडता येतील.

स्फोट करुन पलायनास भगत सिंगांनी विरोध केला.भगत सिंहांना माहीत होते, की ह्याच्यानंतर त्यांच्यावर खटला चालवला जाईल, त्यामुळे युवकांना क्रांतिकाऱ्यांच ध्येय समजुन येईल. ज्यावेळी ही योजना झाली, त्या वेळी भगत सिंहांना हे काम दिले नाही, यासाठी ते नाराज झाले ,चंद्रशेखर आजाद ह्या विरुध्द होते, कारण भगत सिंहांनी साण्डर्सच्या वधात भाग घेतला होता. पकडल्यानंतर त्यांच्यासाठी फाशी नक्की आहे. विस्तारित विचार केल्यावर दलाच्या केन्द्रिय कार्यकारिणीनी भगत सिंहांनाच सर्वात योग्य व्यक्ति आहे असं सांगितल. शेवटी आजादांना सुद्धा विवशतेने ह्याला मान्यता द्यावी लगली. भगत सिंहांचा सोबतीच्या रुपात बटुकेश्वर दत ला निवडण्यात आलं.योजना तयार झाल्यावर मार्च एप्रिल १९२९ मध्ये भगत सिंह बरेच वेळा दिल्ली आग्रा येऊन जाऊन करत होते. दिल्लीत ते १५१, रोशन आरा मेंन्शन, बाजार सिताराम व बंता अश्राम कुन्चा घासीराम मध्ये थांबले होते. ८ एप्रिल च्या सकाळी बटुकेश्वर दत व भगतसिंहांनी काश्मिरी गेट दिल्लीच्या रामनाथ फोटोग्राफरकडे फोटो काढला, हाच फोटो १२ एप्रिल च्या लहोर च्या 'वंदे मातरम', व १८ एप्रिल च्या 'हिन्दुस्थान टाइम्स' मध्ये आणि २० एप्रिल च्या 'द पयोनियर'मध्ये छापला गेला. स्फोटाच्या दोन दिवस

आगोदर भगत सिंग व बटुकेश्वर दत घटनेची रुपरेषा ठरवण्यासाठी व कोण कोठे बसतो ते पहण्यासाठी अस्मेंब्लीत गेले होते,दिल्ली पोलिस अधिक्षक ने आपल्या अहवालात लिहिले आहे,कि हे दोघे घटने पुर्वी ६ एप्रिल ला आरंभीक आभ्यासा साठी ते अस्मेंब्लीत गेले होते.

८ एप्रिल १९२९ ह्या दिवशी ठरलेल्या वेळी त्यांनी एका नामदार सदस्याच्या शिफरशी नी परवान्याच्या सहाय्याने अस्मेंब्लीत प्रवेश केला. नामदार सदस्याच्या शिफरशीमुळे त्यांच्यावर कोणीही संशय घेतला नाही. यद्यपी अस्मेंब्लीचे जवळ जवळ सर्व सदस्य प्रस्तुत बिलाच्या विरोधात होते, व त्यांनी आगोदरच अस्विकार केला होता, इतके होउनही सरकार त्याची अमंलबजावणी करण्यास घाइ करत होत.व ह्या दिवशी व्हायीसरायांच्या विशेष अधिकराची घोषणा बाकी होती. त्या दिवशी अस्मेंब्लीत दर्शक मोठ्या प्रमाणात जमा झाले होते. बिलाच्य विरोधात सदस्यांची प्रतिक्रिया जाणुन घेण्यास सगळ्या वर्तमान पत्रांचे बातमीदार सुद्धा आले होते,भगत सिंग व बटुकेश्वर दत्त सुद्धा रांगेत उभे होते, व त्यांचा नंबर आल्यावर ते आंत गेले.त्यांना अटक करणारे सार्जन्ट टैरींच्या अनुसार दोघांनी खाकी रंगाची पँट घातली होती.भगत सिंगांनी निळा व बटुकेश्वरांनी हलक्या रंगाचा कोट घातला होता.इतर सक्षीदरांच्या अनुसारभगत सिंगांनी फेल्ट टोपी घातली होती,दोघेही सरळ पाहुण्यांच्या सज्जात जाउन बसले.सज्जा लवकरच भ्रुन गेला. सरकारच्या काही सदूस्यांनी बोलायला सुरवात केली, कि हे बिल संमत व्हावे,भारताचे अशिक्षित नवयुवकांची रशिया कडुन दिशाभुल केल्यामुळे कम्युनिस्ट्र बनले आहेत, तसच बिटिशांच्या विरोधत धुडगुस घालण्याचा त्यांचा विचार आहे, हया सरकरची हाजी-हाजी करणऱ्यांना ऐकुन भगत सिंग व आणि दत्त यांनी एकमेकांकडे बघुन हसले. त्यानंतर बिलाची घोषणा केली.जसे अध्यक्ष बोलयला उभे राहिले, भगत सिंग हीआपल्या जागेवरुन उठले, आणि त्यांनी अध्यक्षांच्या बका मागे स्फोट केला, विठ्ठलभाइ पटेल व मोतीलाल नेहरु त्यांच्या जवळ बसले होते, कोणलाही दुखापत होउ नये ह्या गोष्टीची काळजी घेण्यात आली होती.सगळे सदूस्य भयभीत झाले, आणि आचंबित झाले, इतक्यात दुसरा स्फोट झाला,अध्यक्ष शुस्टर एव्हडे भयभीत झाले, कि ते आपल्या टेबलाच्या मागे लपले.त्यांना अधिक भयभीत करण्यासाठी भगत सिंगांनी दोन वेळा हवेत गोळ्या झाडल्या.

पंडित मोतीलाल नेहरु विठ्ठल भाइ पटेल मदन मोहन मालवीय व महंमद अली जीना शांतपणे आपल्या जागी बसले होते, परंत अन्य सद्स्य पळुन गेले, कोणी बाहेर गेले, कोणी बथरुम मध्ये गेले,सज्जा ही रिकामा झाला दोघांनी घोषणा केली, मइन्कलाब झिंदबादफ सगळीकडे धुरचधुर झाला, त्याच बरोबर बटुकेश्वरांनी पत्रक हवेत फेकली.त्यांना ही पत्रके सामान्य जनतेच्या हाती पडायला नको होती. परंतु तरीही एका पत्रकारानी स्फोटानंतर एक पत्रक मिळवलच त्याच संध्याकाळी वर्तमान पत्रात हे पत्रक

प्रसिद्ध झाले, त्यात लिहिले होते

हिन्दुस्थान समाजवादी गणतंत्र सेना'

बहिरटांना ऐकण्यासाठी मोठया आवाजाची आवश्यकाता असते, फ्रांसचे अराजकतावादी शहीद वेलोंच्या अशाच वेळेला म्हंटलेल्या ह्या अमर शब्दानी काय आम्ही आमच औचित्य सिध्द करु शकतो?

शासन सुधार च्या नावावर ब्रिटीशांच्या मागील १० वर्षाच्या हुकुमतीने आमचा जो अपमान केला आहे,त्या निंदनीय गोष्टी परत-परत काढत नाही. आम्ही भारतीय नेत्यांचा केलेला अपमानाचा उल्लेख करु पाहात नाही,जो ह्या अस्मेंब्लीने केला आहे.ज्याला संसद म्हणतात.

आम्ही हे स्पष्ट करतोय, कि काही लोक सायमन कमिशनच्या द्वारे सुधारणाच्या नावावर जी उष्टे तुकडे मिळण्याची अपेक्षा आहे, त्यांची आशा लागलीय आणि मिळणारा ताजा घासाच्या वाटणीसाठी भांडण आशा प्रकारे करताय. आत्ता सरकार सुध्दा भारतीय जनतेवर जुलुमचा कायदा लादु शकत नाही.जसे मपब्लिक सेफ्टी बिलफ व मट्रेड डिस्प्युटल बिलफ ह्याच बरोबर त्यांनी मप्रेस सिडिशल बिलाला अस्मेंब्लीच्या पुढील अधिवेशनासाठी सुरक्षित ठेवले आहे.मजुर नेता जे खुलेपणानी आपले कर्य करत आहेत, त्यांची अंदाधुंधीने धरपकडीने हेच स्पष्ट होत, कि सरकारचा द्रुष्टीकोण काय आहे.

आशा प्रकरच्या भडकलेल्या परिस्थितीत म हिन्दुस्थान समाजवादी गणतंत्र संघानी गंभीरपणे आपल्या दायित्वाचा अूभव करुन आपल्या सेनेला हे कर्य करायचा आदेश दिला ज्याने कयद्याची अपमानजनक चेष्टा बंद होइल.विदेशी सरकारची शोषक नोकरशाही जे कही करील ते उघड-उघड जनते समोर आणणे अत्यंत आवश्यक आहे.

जनतेनी निवडलेले प्रतिनिधि आपल्या क्षेत्रात परत जाण्यासाठी व जनतेला क्रांतिसाठी तयार करणे.सरकारला हे समजायला पाहीजे, सेफ्टी बिल आणि ट्रेड डिस्युट्रस बिल व लालाजीची हत्येची आठवण भारतीय जनतेच्या वतीने त्याचा विरोध करुन त्यावर जोर देत आहोत, ज्याची इतिहासात बरेच वेळा उल्लेख आहे, कि व्यक्तिंची हत्या करण सोप आहे, पण तुम्ही विचारांचा खून करु शकत नाही.मोठी मोठी साम्राज्य धुळीला मिळाली, नष्ट झाली,तरीही विचार जिवंत राहीले फ्रांसचे ब्रुवा आणि रशियाचे जार समाप्त झाले, जसे क्रांतिकरी विजयाच्या दिशेने सफलतेच्या दिशेने पुढे जात होते.

आम्ही मनवाच्या जीवनला पवित्र मानतो.आम्ही आशा उज्ज्वल भविष्यात विश्वास ठेवतो, ज्यात प्रत्येक व्यक्ती पुर्ण शांती आणि स्वतंत्रतेचा उपयोग करतो. आम्ही माणसं रक्त वाहण्यात आपल्या विवशतेने दु:खी आहोत, परंतु क्रांतिसाठी मनुष्याचे बलिदान आवश्यक आहे.

'इन्कलाब झिंदबाद'

ह. बलराज

कमांडर- इन -चीफ

अधिकतर पुस्तकातुन हे लिहीलेले मिळत,की दुसर स्फोटाचा धमाका बटुकेश्वर दत्तांनी केला, परंतु गुरुदेव सिंग देओलांनी आपल्या शहीद भगत सिंग या पुस्तकात लिहिले आहे, की हे सामान्यपणे असं म्हंटल जात, की दुसरा स्फोट करणरा बी. के. दत्त होता., पण ही गोष्ट सत्य नाही, ह्या संबंधात मि. असफ अलि जे ह्या घटनेच्या वेळी अस्मेंब्लीत उपस्थित होते, व भगत सिंग व बी.के. दत्तांच्या अस्मेंब्ली खटल्यात वकिल ही होते, असं म्हणतात, खुप कमी लोकांना ह्या गोष्टीची माहिती आहे, की बी. के. दत्तांबी काही स्फोट केला नाही, पण जबानी द्यायच्या वेळी दत्तांनी हे म्हणण्याची जीद्द प्रकट केली, कि दोन्ही स्फोटात एक स्फोट त्यांनी केला.दत्तांनी असं कां सांगितल ह्याचा ठाव त्याच्या द्वारे आपल्या वकिलांना आसफ अलि नां सगतांना त्यांच्या शब्दात त्यांनी केला.

मी आणि भगत सिंग बराच वेळ एकत्र राहात होतोआणि माझा विश्वास आहे, कि ते आपल्या बचावानंतर सुध्दा आजन्म कारावासाची शिक्षा घेणार! समजा ते मला सोडतील, तर मी त्यांच्या शिवाय काय करु, मला त्यांना साथ द्यायलाच पहिजे.

भगत सिंग आणि दत्तांना वाटतं तर त्या वेळी त्यांना निसटता आलं असत, पण भगत सिंगांच्या मतानुसार हे पहिलेच ठरलं होते,कि त्यांना निसटुन जायच नव्हतं म्हणुन त्यांनी आपल्या जागेवर उभे राहुन घोषणा देत रहिले, धुर कमी झाल्यावर सदनाचे पोलिस आंत आले. सार्जेंट टेरिने त्यांना प्रश्न केला- 'काय हे तुम्ही लोकांनी केलं?'

दोघांनी कबुल केलं. दोघांनी स्वत:ला अटक करवुन घेतली. अटक करतेवेळी भगत सिंगां जवळ एक स्वयंचलीत पिस्तुल हीमिळाले. कही पोलिसांच्या म्हणण्यानुसार भगत सिंगांनी दोन तीन फायर ही केले होते,आणि पिस्तुल त्यांच्या हातात होते, ज्याचा रोख पुढेच्या बाजुला होता,तपास-न्यायालयात सरकारी साक्षीदारांनी सांगितल- भगत सिंगांनी एक स्वयंचलीत पिस्तुल काढुन दोन तीन गोळ्या चालवल्या नंतर पिस्तुल जाम झाले, परंतु सागळ्यांची जबानी एकदम खोटी होती.त्यांना अटक करणारे सार्जेंट टैरि त्यांच्या जबानी वरुन सगळं खरं पुढे आलंते म्हणाले- ज्या वेळी मी भगत सिंगा कडुन पिस्तुल हस्तगत केलं त्या वेळी पिस्तुलाचे तोंड माझ्या कडे नव्हतं, पण ते त्यांच्या हातात होते,ते त्याच्या बरोबर खेळत होते आणि त्याचा हात खाली होता. दिल्ली पोलिसचे वरिष्ठ अधिक्षकानी सुध्दा त्यांच्या गोष्टीला दुजोरा दिला, कि पिस्तुलाने वास्तविक फायर केल होत, ह्यात कोणीही विस्ताराने आणि प्रमणिक साक्ष नाही आहे.

ज्या वेळी ह्या दोन्ही क्रांतिकारी पोलिसांच्या गाडीने चांदणी चौक पोलिस चौकीत जात असताना, श्री भगवतीचरणबोहरा, त्यांची पत्नी दुर्गादेवी(दुर्गा भाभी) व त्यांचा लहान मुलगा शची टांग्यातुन जात असताना लहान मुलाने भगत सिंगांन ओळखले,आणि पटकन बोलला मउंच काकाफ... पण आइने त्याला गप्प केलं ह्या घटनेनी अस्मेंब्लीच अधिवेशन थांबविण्यात आलं, ही बातमी सर्व देशात पसरली सर्व वर्तमान पत्रात ही बातमी ठळक अक्षरंत छापण्यात आली.

पोलिस स्टेशन मधे जेव्हा त्यांना जबानी देण्यास सांगितले, त्या वेळी त्यांनी पोलिसांसमोर कहीही सांगण्यास नकार दिला आणि सांगितले, कि ते जे काही सांगयच आहे ते मी कोर्टासमोर सांगेन. १६ तारखेला पोलिसांनी त्या दोघांना कोतवली जुन्या सचिवलयात पाठवले.

सरकारद्वारा ह्या घटनेची सुचना तारे द्वारा लंडनला पाठवली गेली.

अस्मेंब्लीत आज सकाळीच ट्रेड डिस्प्युट्स बिल वर विचार विनिमयाचा

प्रारंभ झाला. विश्वास होता, कि बिलाच्या समाप्ती नंतर अध्यक्ष आपला निकाल देतील.प्रधानाच्या बिलाच्या विभाजनाच्या परिणामाची घोषणा केल्या नंतर लगेचच ते आपल्या निकालाची घोषणा करणार होते, तेव्हा दर्शकांतील एका व्यक्ति ने जाणुनबुजुन सरकारी बाकां मध्ये दोन स्फोट केले.कोणीही गंभीर जखमी झाले नाही. बी. जी दलाल यांच्या शिवाय,कारण ते स्फोटाच्या आवाजाने काहीसे घाबरले होते,सर्व सदन घाबरलेल्या स्थितीत उभे राहीले, आणि सदन अध्यक्षांनी गुरुवार पर्यंत स्थगित केले. दोन व्यक्ति सज्जात पकडल्या गेल्या. त्याच दिवशी परत एक दुसरी तार पाठवली, ती अशा प्रकारे होती-अटक केलेल्या दोन व्यक्ति-लहोर चा भगत सिंग, जो कि फरार आहे आणि पोलिस त्यांचा शोध घेत आहेत,व दुसरा बंगाली बटुकेश्वर दत्त. म्हंटल जातय,कि दोन्ही स्फोट भगत सिंगांनी केले आहेत. पहिला सरकारी बाकां जवळ झाला, व दुसरा मागील सरकारी बाकां जवळ झाला. स्फोटा नंतर भगत सिंगांनी स्वयंचलीत पिस्तुलाने दोन गोळ्या चालवल्या, जे नंतर जमा केले गेले.त्यावेळी

त्या दोन व्यक्तिंनी क्रांतिकर्यांनी पत्रक सदनात पत्रक फेकली. त्यांनी असा दावा केला कि हे कार्याकारी सरकार नी त्यांच्यावर मपब्लिक सेफ्टीफ व मट्रेड डिस्प्युट्स बिलफया सारखे दंडेलशाही कायदे लादणे व मजुर नेत्यांची धरपकड करणे हे कारण होते.दोन्ही व्यक्तिनी पळायचा किंवा अटक करुन घेण्यात कोणतीही आडकाठी केली नाही. श्री. बी जी दलालांच्या जांघेत जखम झाली आहे, आणि ते दवखान्यात आहेत. सर जॉर्ज वेस्टर व अन्य अधिकारी यांना हलक्या जखमा आहेत,ही गोष्ट उल्लेखनीय आहे कि काही गंभीर हानी झाली नाही, सदनातील खुर्च्यांचे थोडे नुकसान झाले आहे, जवळच्या भिंती आणि सदनाच्या छताला पण नुकसान झाले आहे.

दिल्लीच्या कमिशनर नी ह्याच दिवशी ग्रह विभागला जो अहवाल पाठवला, त्यात खालील व्यक्ति घायाळ आहेत-

१. माननीय सर जॉर्ज वेस्टर

२. सर बोधमानजी दलाल

३. मिस्टर एस एन राय

४. मिस्टर पी आर राव, रेल्वे वित्त आयुक्त

ह्या लोकांना जखमा झाल्या, ते फरशीवर पडलेल्या विटा आणि लाकडी सामानामुळे झाल्या, जे काही स्फोटाच्या तुकड्यांनी नाही.

क्रांतिकारकांची धरपकड :

अस्मेंब्ली स्फोट कांडात ह्या वीरांच्या अटके नंतर पोलिसांनी धरपकड सुरु केली पोलिसांनी हिन्दुस्थानी समाजवादी गणतंत्र सेनेच्या बहुतेक सदूस्यांना अटक केली. सुखदेवांनी लहोरमधील लोहरांना हातगोळ्याचे काही भाग बनवायला सांगितले होते,व त्यांना हे ही सांगण्यात आले होते कि ह्याची आवश्यकता गॅस- मशीन बनवायला पडते, तरीही पोलिसांना ह्या गोष्टीचा ठिकाणा लागलाच, परिणामस्वरुप सुखदेव पोलिसांच्य नेजरेत आले, त्यांच्या व कडक पळत ठेवण्यात आली. भगवतीचरण नी मॅकलाउंड रोडवर लहोर येथे एक घर भाड्याने घेतले, ज्यात स्फोटके बनवण्याचा काराखाना लावला, पोलिसांना ह्याचा पण पत्ता लागला. शेवटी पोलिसांनी त्या ठिकाणी छापा घातला व १६ मार्च च्या सकाळी सुखदेव, जयगोपाल, व किशोरीलाल यांना सापळ्यात पकडले,याच बरोबर पोलिसांना एक जिवंत हातगोळा, आठ हात गोळ्याची छकलं व कही हातगोळे बनवण्याचे सामान,गोळे बनवण्याचे क्रुती, एक बेबली स्कॅाट पिस्तुले छोट्या हत्यारांची नियमावली, बटुकेश्वर दत्तांचा फोटो व एक पत्र जे भगत सिंग किंवा बटुकेश्वर ने लिहीले प्राप्त झाले.त्याच बरोबर दिल्लीतील मोठ्या मोठ्या अधिकार्यांना धमकी व जनतेला त्यांची कोणत्याही प्रकारची मदत न करण्याची आवेदन पत्र- भित्ति पत्रके मिळाली त्यात एक पत्र हिन्दुस्थान टाइम्स च्या संपादकाला लिहीले होते. व त्यांना प्रकाशित करण्याची विनंती केली. पत्र अशा प्रकारे -

वास्तविक हिन्दुस्थान गणतंत्र सेना, परमात्मा व सोविएत संघ आमच मार्गदर्शन करेल. या पत्रात महिन्दुथान गणतंत्र सेनाफ चे युध्द सचिवांच्या स्थानावर गुलाम कादर यांची सही होती १५ एप्रिल १९२९ ल लहोर गेट वर खलील पोस्टर लावले होते- 'उंच आवाज बहरा साठी'

तारीख ७ एप्रिल ल पोलिसांच्या अवेध कार्यवाही ने आमचा नाइलाज झाला, कि आम्ही ह्या संबंधात पुढील पावले टाकत आहोत,त्यासाठी मगणतंत्र संघ सेनाफ च्या कमांडर-इन- चीफ ने सांगितले आहे, कि लहोर पोलिस ऑफिसर इंचार्ज ल सॅडर्स सारखे मारुनटाकण्यात येइल.शिपाइ नंबर २०३ व १८२ यांना आदेश दिल जात आहे कि त्यांनी तबडतोब कार्यावाही करावी.

आज्ञेवरुन
व्यक्तिगत सहायक
कमांडर- इन-चीफ
हिन्दुस्थान गणतंत्र सेना.

अशाच प्रकारचे एक पत्र सुरतहुन दिल्ली पोलिस अधिक्षकाला पण पाठवले होते..परमात्मा सोविएत आमचे मार्गदर्शन करेलफ

आपण आमच्या भावांना अटक केली आहे, पण आम्ही परत सांगतो, कि तुम्ही माणसांचा नाश करु शकता पण आमच्या विचारांचा नाही.आमच्या आंदोलनाच्या पाठीवर काही लोकांचीच नाही- आम्हीच खुप आहोत.मी धमकी देतो, कि आपण असोसिएशनच्या कोणत्याही सद्स्याला शोधुन काढा, आमची असोसिएश्नन च्या २९ शाखा आहेत. लाहोर, दिल्ली, कलकत्ता ही आमची प्रमुख केंद्रे आहेत ह्याशिवाय पुणे, बेळगांव, व पाटणा ह्या ठिकाणी आमच्या शाखा आहेत. एवढी सुचना देउनही मी आपल्याला धमकी देतो कि जर आपण आमच्या आंदोलनाला भेदु शकाल? आमची असोसिएशन ची सभा ह्याच महीन्याच्या २७ तारखेला दिल्लीत होणार आहे त्यात आम्ही सर्व सरकारी स्थान व कर्यालयांना नष्ट करण्याची योजना बनवीत आहोत, नाही तयार आहे. जर सरकारला आपल्यावर एवढा गर्व आहे तर त्यांनी आमची धमकी स्विकार करायला पाहीजे! धोका धोका धोका....परमात्मा सोविएट आमच मर्गदर्शन करा !!!

सचिव
हिन्दुस्थान गणतंत्र संघ
सुरत शाखा

ह्याच प्रकारचे पत्र एक सरकारी अधिकरी व ब्रिटीश भक्त मोठ्या-मोठ्या लोकांना मिळली. आपली सर्व शक्ती पणाला लावली तरी पोलिसांना पत्र पाठवणारा कोण आहे ते शोधता आले नाही, तेव्हा पोलिसांनी असं मानलं कि हे काम कोण्या एका शाळकरी मुलाच आहे, ह्यात क्रांतिकारकांचा काही संबंध नाही, म्हणुन त्यांनी सोडुन दिली. सिवील लाइन पोलिस ठाण्यातुन भगत सिंग व बटुकेश्वर दत्त यांना दिल्ली तुरुंगात घेउन जात होते त्यांनी पोलिसंसमोर जबानी देण्यास नकार देला भगत सिंगांचे वडील सरदार किशन सिंग एप्रिल च्या महिन्यात त्यांना भेटायला आले , पण त्यांना भेटु देले नाही. भगत सिंग ह्या खटल्यात वकिल ठेवण्याच्या विरुध्द होते कारण एक तर वकिल स्वत: क्रांतिकर्याच्या कार्य पसंद करीत नव्हते. तसच त्यांना विश्वास होता वकिल ठेवल्याने पंण काही फायदा होणार नाही, सरकार तेच करणार जी त्यांची मर्जी असेल,काहीही नाटक करु दे. शेवटी आपल्या वडीलांना ह्या विषयात एक पत्र

अस्मेब्ली बॉंब स्फोट

पाठवले ते लिहितात–

पुज्य पिताजी,

वंदे मातरम

विनंती आहे, कि २२ एप्रिल ला पोलिसांच्या कोठडीतुन दिल्ली तुरुंगात पाठविण्यात आले आणि ह्या वेळेला मी दिल्लीत आहे. खट्ला ७ मे ला दिल्ली तुरुंगात सुरु होइल अंदाजे एक महिन्यात सगळ नाटक संपेल, काही काळजी करण्याचे कारण नाही, मला कळल कि आपण येथे आले होता, आणि वकिलांशी बोलणी केलीत व मला भेटण्याचा प्रयत्न केलात पण तो पर्यंत सगळ्या गोष्टी झाल्या होत्या.

मला परवा कपडे मिळले.ज्या दिवशी आपण याल त्या दिवशी भेंट होइल, वकिलांची काही खास गरज लगणार नाही. दोन एक गोष्टींवर आपला सल्ला घ्यावासा वाटतो, पण ते काही महत्वाचे वाटत नाही. आपण कोणताही त्रास करुन घेउ नका. जर आपण भेटायला आलात तर एकटेच या आइला बरोबर आणु नका ती निष्कारण रडेल आणि मला जरुर त्रास होइल, घरची परिस्थिती तुम्ही भेटल्यावर कळेलच

आणि जमलं तर मगीता रहस्यफ, नेपोलियनचे चरित्र,(जीवनी) जी आपल्याला कुतुब मध्ये मिळेल आणि काही इंग्रजी नॉवेल घेउन या. द्वारकदास लयब्ररीत मिळतील, ठीक आहे बघुन घ्या आइ साहेब, भाभी साहेब, माताजी(दादी), आणि चाची साहेबांच्या चरणी नमस्कार, रणवीर सिंग व कुलतार सिंग ना नमस्ते. बापुजींच्या(दादाजी)चरणी नमस्कार विनंती करावी. ह्या वेळी पोलिस कोठडी व तुरुंगात माझ्या बरोबर त्यांचा चांगला व्यवहार होता. आपण कोण्त्याही प्रकारची काळजी करु नका. मला तुमचा पत्ता माहीत नाही, त्यासाठी ह्या पत्त्यावर पत्र पाठवत आहे.

आपला ताबेदार

भगत सिंग

तुरुंगात वडीलांची भेट :

सरदार किशन सिंगांनी तुरुंगात भगत सिंगांना भेटण्यासाठी एक प्रार्थनापत्र दिले, परंतु त्यांना भेटण्याची परवानगी मिळाली नाही,तेव्हा त्यांनी आपले वकिल असफ अलींच्या मध्यमानी प्रार्थनापत्र दिले त्यावेळी त्यांना परवानगी मिळाली.

तेंव्हा ३ मार्च १९२९ ला पिता-पुत्राची भेंट झाली. या वेळी त्या दोघांच्या दरम्यान खालील संवाद झाला-

पिता - १मे ल लहोरला गेल्यावर मला वर्तमान पत्रावरुन समजल कि पोलिसांनी तुझ्या छोट्या भावाला कुलतार सिंगला अटक केली, त्याच वय केवळ १०-११ आहे आणि जो केवळ पाचवीत शिकत आहे. पुत्र - मुलाला कां पकडलं?

पिता - दुर्भाग्यानी तो माझा मुलगा आणि तुझा भाउ आहे, काय सांगाव, मी सुध्दा पकडलो जाइन. जयदेव स्वस्थ बसले नाहीत आणि सुखदेव.....

पुत्र - पोलिसवाले बदमाश आहेत.त्यांनी ककोरी खटल्यात निर्दोष व्यक्तिंना फाशी दिलय. ते मला साण्डर्सच्या हत्याच्या खटल्यात लहोरला नेतील. त्यांनी मला आणि दत्तला धोका देण्याचा प्रयत्न केला,कि प्रत्येक सरकारी साक्षीदार झाला आहे. पित्ताजी आपण माझ्या बचावासाठी पैसे ख़र्च करु नका

पिता- घरच्या बायकांना तुला भेटायचे आहे,पण तुझ्या सांगण्यावरुन मी त्यांना आणल नाही.

पुत्र- आपण लवकर लहोरला जाउन कुलतारला कां पकडल ह्याचा शोध घ्या. ह्यातच भेटीची वेळ संपली शेवटी जेलर नी त्यांन थांबवले आणि किशन सिंग परत गेले. सरदार किशन सिंगांना मुलाची भेंट देण्यामागे ही चाल होती कि पोलिसांच्या हाती काही सुत्र लागतील. पोलिस अधिकार्यांनी स्वत: ही बाब आपल्या ४ मे च्या अहवालात स्विकार केली.ह्या भेंटीच्या वेळी जेलर व श्री. असफ अली तेथेच होते. किशन सिंग ह्या खट्ल्यात सगळ्या ताकदीनीशी लढ़ पाहात होते, त्यांनी स्वत: श्री. असफ अलीं बरोबर त्याच ठिकणी थोडी कयद्याची मदत घेतली होती.

* * *

(५)
खटल्याची सुनावणी

अस्मेंब्ली बॉम्ब कांडात भगत सिंग व बटुकेश्वर दत्तांविरुध्द न्यायाच नाटक सुरु झाले. ७ मे १९२९ला अतिरिक्त न्यायाधिश मिस्टर.पूल च्या न्यायालयात तुरुंगातच सुनावणीला प्रारंभ झाला.काही विशेष पत्रकार,आरोपींचे जवळचे नातेवाइक आणि वकिलां शिवाय अन्य कोणालाही न्यायालयात प्रवेश नव्हता.दिल्ली गेट ठाणे, उप निरिक्षक शेख अब्दुल रहमान ह्या पत्रकरां,आरोपींच्या नातेवाइकांची सावधानीने तपसणी केली जात होती.सुरक्षा अतिशय कडक ठेवण्यात आली होती,या सुरक्षेच्या संदर्भात 'हिदुस्थान टाइम्स' च्या विशेष प्रतिनिधीनी लिहिले - लाठीधारी पोलिसांना राजपूर रोड वर न्यायाधिशांच्या निवासा पासून तुरुंगापर्यंत दुसरी कडून तुरुंगाकडे जाते,त्या ठिकाणी एक माणूस उभा केला होता. सी.पी.डी.चे लोक साध्या कपड्यात सायकलवर मुख्य रस्यावार बर्घींले गेले,तुरुंगाची हद्द पूर्णपणे सुरक्षित होता.वाहतूक अधिकारी श्री.जोनसन ला आपल्या तीन सार्जेट बरोबर तुरुंगाच्या दरवाज्यात नियुक्त केले होते त्याच प्रमाणे आर.बी.मलिक सह.पोलिस अधिक्षक मि. अली, देवीदयाल उप.अधिक्षक,पंडित राम माधव व जेलर न्यायालयाच्या आतील व्यवस्था बघणार होते.

श्री.आसफ अली सफाइ पक्षांचे वकिल होते,आणि श्री. आर बी सूरज नरायण सरकारी वकिल होते.न्यायाधिश एफ.बी.पूल ९.३०वाजता न्यायालयात पोहोचले तो पर्यंत न्यायालयाची खोली पूर्ण भरली होती.वकिलांच्या व प्रवक्त्यांचे अतिरिक्त श्रीमती.आसफ अली, भगत सिंगांचे आइ-वडील आणि काकू तेथे हजर होते.त्या शिवाय दोन प्रशिक्षण घेणारे न्यायाधीश पण तेथे होते. १० वाजून ८ मिनीटांनी भगत सिंगांना आणि बटुकेश्वर दत्तांना न्यायालयात आणण्यात आले. न्यायालयात पोहोचल्यावर आपल्या भारदस्त आवाजाने भगत सिंगांनी मइन्कलाब झिंदाबादफ बटुकेश्वर दत्तांनी मनोकरशाही मुर्दाबादफच्या घोषण दिल्या. न्यायालयात एक सणकशी पसरली व न्यायालयाच्या आज्ञेवरुन त्यांना

हातकड्या घालण्यात आल्या.त्यांना एका लोखंडी जाळी मागे एका बाकावर बसवण्यात आले.त्यांच्या मागे काही तुरुंगाधिकारी आणि सी.आय.डी ची माणस बसली होती.येथे पण दोघांच्या चेहरे निर्विकार होते,पण प्रसन्न दिसत होते. नंतर सरकार तर्फे ११ सक्षीदारांच्या सक्षी सादर करण्यात आल्या.ह्याच दिवशी भगतसिंहांना पोलिसांसमोर आपल्या आई-वडील, व काकूनां भेटण्याची परवानगी देण्यात आली.ह्या भेटीत भगत सिंग आपल्या वडीलांना सारख-सारख सांगतांना ऐकले गेले

'सरकार मला मारुन टाकण्याची शिक्षादेण्यासाठी उत्सुक आहे.म्हणून तुम्ही ह्यावर काही काळजी करु नका.'

दुपारच्या जेवणानंतर न्यायालयाच्या ऊठण्यावर भगत सिंगांनी न्यायालयाजवळ वर्तमान पत्राची मागणी केली.परंतु त्यांची ही मागणी अस्वीकार करण्यात आली. अूनही रजनीतीक बंदीवानांना ही सुविधा मिळत होती.त्या दिवशी न्यायालय संध्याकाळी ४ वाजून १० मि.उठले. तारीख ८ मे १९२९ ल पण त्याच प्रकारची कडक सुरक्षा व्यवस्थेत न्यायालय चालू झाले,सकाळी १० वा. २० मि.नी पुन: भगतसिंह व बटुकेश्वर दत्त यांना आणण्यात आले. आजही त्यांनी आल्यावर कालच्या प्रमाणे मइन्कलाब झिंदाबादफ आणि 'नोकरशाही मुर्दाबाद'च्या घोषण दिल्या.त्या नंतर आजून काहींची जबानी घेण्यात आली,आणि तेव्हा भगतसिंह व बटुकेश्वर दत्त यांना जबानी देण्यास सांगितले, पण दोघांनी त्याला नकार दिला. बराच दबाव टाकल्यानंतर भगत सिंहांनी न्यायालायाच्या प्रश्नांची उत्तरे देण्याचा स्विकार केला. न्यायालय व भगत सिंग यांच्यातील प्रश्न-उत्तरे खालील प्रमाणे-

न्यायालय- व्यवसाय?

भगत सिंग- काही नाही.

न्यायालय- निवास स्थान?

भगतसिंग-लहोर

न्यायालय- कसबा?

भगतसिंह : मी एका ठिकाणाहून दुसऱ्या ठिकाणी येत जात असतो.

न्यायालय : तुम्ही आठ एप्रिलला असेंब्ली मध्ये उपस्थित होता का?

भगतसिंह : या खटल्याशी संबंध नाही. त्यामुळे मी या प्रश्नाचे उत्तर देणे

उचित समजत नाही.

न्यायालय : तुम्ही काल न्यायालयात आला त्यावेळेस 'इन्कलाब जिंदाबाद' ही घोषणा जोरात दिली याचा अर्थ काय?

या प्रश्नावर बचाव पक्षाचे वकील श्री. असफ अलींनी आक्षेप घेतला. न्यायालयाला हा आक्षेप स्वीकारायला लागला. अशा प्रकारे बटुकेश्वरदत्त ने पण केवळ न्यायालयाच्या प्रश्नांना उत्तरे दिली साक्ष देण्यास अस्वीकार केला. बचाव पक्षाचे वकील असीफ अलीं नी जवळ जवळ ४० मिनिटे तर्कसंगत बोलत आपले म्हणणे मांडले.

हे म्हणणे ऐकून घेतल्यानंतर न्यायालयाने हत्या करण्याच्या प्रयत्न केल्यामुळे दोन्ही आरोपींवर भारतीय दंड संहिता ३०७ च्या अंतर्गत आरोप ठेवले. त्यांनी असेंब्ली मध्ये लोकांना मारण्यासाठीच बॉम्ब फेकले. न्यायालयाने परत दोघांना विचारले' की, तुम्हाला या विषयाबाबत काही बोलायचे आहे का?' यावर ते दोघे म्हणाले, ' यावर निकाल देण्यात यावा.' यानंतर न्यायालयाने हे प्रकरण सत्र न्यायालयाकडे पाठवले.

सत्र न्यायालयात भगतसिंहांचे ऐतिहासिक भाषण :

सत्र न्यायालयात या प्रकरणाची सुनावणी ४ जून १९२९ ला सुरवात झाली. सेशन जज्ज मिस्टर मिडल्टन नी दिल्ली जेल मध्ये याची सुनावणी केली. सरकारी वकील आणि साक्षीदारांचे जबाब झाल्यानंतर भगतसिंहांनी वाटले की आता आपला जबाब देण्याची वेळ आली आहे. म्हणून त्यांनी आपला आणि बटुकेश्वर दत्त यांचा जबाब स्वत:च तयार केला. त्यांचा हा जबाब लिहिलेला होता. जो त्यांनी अतिशय कष्टाने तयार केला होता. आपल्या या ऐतिहासिक जबाब दिल्ली जेलमध्ये लावलेल्या सेशन कोर्टासमोर ६ जून, १९२९ साली सेनश जज्ज मिडल्टन यांच्यासमोर वाचला. हा जबाब खालीलप्रमाणे-

'आमच्या विरुद्ध गंभीर आरोप केलेले आहेत. आम्ही आता आमच्या वागण्याचे स्पष्टीकरण देत आहोत. या विषयासंबंधी काही प्रश्न उठत आहे.

१.' काय सदनामध्ये बॉम्ब फेकले होते? आणि असं जर झालं असेल तर त्याचे कारण काय?

२.दोन्ही खालच्या न्यायालयांनी जे आरोप लावले आहेत. ते सगळे खरे आहेत कि नाही?

पहिल्या प्रशनाचा पूर्वाध स्वीकारात्मक आहे,परंतु काही साथीदारांनी ह्या घटनचे असत्य विवरण प्रस्तुत केले आहे.आम्ही स्फोट केल्याची जबाबदारी घेत आहोत, म्हणून आम्ही आशा करतो, कि आमच्या ह्या कार्याचे बरोबर मूल्यांकन व्हावे.उदाहरणासाठी आम्ही ह्या बाबीचा संकेत देऊ इछीत आहोत,कि त्यांनी आमच्यातील एका कडून पिस्तुल ओढुन घेतले, हे ते जाणून बुजुन खोट बोलले आहेत, वास्तविक आम्ही ज्या वेळी आत्मसमर्पण केले, त्या वेळी आमच्या दोघांकडे पिस्तुले नव्हती. ज्या साथीदारांनी आम्हाला स्फोटाचा धमाका करताना बर्घिले आहे, त्यांची इतक बेमालुम खोट बोलताना काही घाबरले नाहीत आम्हाल आशाआहे, कि लोकांचे ध्येय न्यायाचा खरेपणा व निष्पक्षतेचे रक्षण करणे आहे.ते या तथ्यातून स्वत: निष्कर्ष काढू शकतील, तसच आम्ही स्वीकार करतो कि आत सरकारी पक्षाने औचित्याचे रक्षण केले आहे आणि न्यायालयाने न्यायपूर्ण रोख अवलंबीला आहे. प्रथम प्रश्नाचे बाकी अर्धे उत्तर कहेसे विस्ताराने द्यावे लागेल.ज्यामुळे आम्ही त्या कारणांन आणि परिस्थितींना पूर्णपणे खुलेपणानेस्पष्ट करु शकतो.ज्या परिणामस्वरुप ही घटना घडली आहे ज्यामुळे आता एक ऐतिहसिक स्वरुप घेतले आहे. तुरुंगात पोलिस आम्हाला भेटले,त्यातील काही आम्हाल सांगितले कि विचारधीन घटनेच्या नंतर दोन्ही सदनाच्या संयुक्त अधिवेशनाला संबोधित करताना लॉर्ड आयर्विननी म्हंटले कि आम्ही स्फोट करुन कोणत्याही व्यक्तिवर नाही तर स्वत: संविधानावर आक्रमण केले आहे. इक्षेचच आम्हाला अरा भास झाला कि त्या घटने चे वास्तविक महत्वाचे बरोबर मूल्यांकन केले गेले नाही. मानवाच्या बाबातीत आमचे प्रेम कोणापेक्षा कमी नाही, तेव्हा कोणत्याही व्यक्तिबद्दल रोश ठेवण्याचा प्रश्नच राहात नाहीह्या पेक्षा मानवी जीवन इतक पवित्र आहे कि ह्याच्या पवित्रतेबद्दल त्यचे वर्णन शब्दात करता येणार नाही.लपलेले समाजवादी चमनलाल नी आम्हाला जघन्य आक्रमणकारी आणि देशासाठी अपमानकारक म्हंटले आहे. तसच लहोरचे वर्तमान पत्र मट्रिब्यून व अन्य काही लोकांची धारणा पण असत्य आहे कि आम्ही उन्मत्त आहोत. आम्ही नम्रतापूर्वक ह दावा करतो कि आम्ही इतिहास, आपल्या देशाची परिस्थिती व मानवीय आकांक्षाचा गंभीरतापूर्वक अध्ययन केले आहे व पाखंडाची चीड येते. आमच ध्येय त्या संस्थाच्या प्रति आमची व्यवहारिक प्रतिशोध प्रकट करणे आहे.

ज्याने आपल्या आरंभा पासून आपल्या निरुपयोगिताच नाही, फक्त हानी पोहोचवणारी दूरगामी शक्तिच बिभत्स प्रदर्शन केल.आम्ही जेवढ अधिक चिंतन केल आहे, आम्ही त्याही पेक्षा अधिक ह्या परिणामावर पोहोचलो आहोत कि ह्या संस्थेचे(विधानसभा) अस्तित्वाचे कारण संसाराच्या समोर भारतीय दीनता आणि असहायताचे प्रदर्शन करायचे आहे, ही एक बेजबाबदार व स्वेच्छाचारी शासनाच्या जुलमी सत्तेचे मनचिंन्ह बनले आहे. जनतेच्या प्रतिनिधिच्या राष्ट्रीय मागणीला सारखी-सारखी रद्दीच्या टोपलीत फेकून दिली जात आहे सदन द्वार पारित प्रस्तावांना तथाकथित भारतीय संसदेच्या फरशीवर निरादारपूर्वक पायाखाली तुडवले जात होते जुलमी व स्वेच्छाकारी कायद्याच्या निवारणा संदर्भातील प्रस्तावांचीअघिकाधिक अपमानपूर्वक उपेक्षा केली.व प्रतिनिधींनी ज्या सरकारी कायदा व प्रस्तावांचा अस्वीकार केला,त्यांना पण सरकारच्या मनमानीने स्वीकृती दिली जात आहे. परिणामत: आम्ही गव्हर्नरजनरल च्या कार्यकारी परिषदेचे भूतपूर्व विधिसदस्य स्वर्गीय श्री. सी. आर. दासांच्या त्या शब्दांनी प्रेरणा ग्रहण केली,जी त्यांनी आपल्या मुलाच्या नावे एका पत्रात लिहिली होती.आणि त्याचा तात्पर्य असा होता. इंग्लंडला त्यांच्या दु:स्वप्नातून जागं करण्यासाठी स्फोट आवश्यक आहे.आणि आम्ही त्या लोकांच्या कडून बदला प्रकट करण्यासाठी- अस्मेंब्लीच्या फरशीवर स्फोट केले, त्याच्या बरोबर हृदयद्रावक कथा सांगण्याचा दुसरा मार्ग नव्हता.आमचा एकमात्र हेतू हा होता कि आम्ही बहिरटांना आमचा आवाज ऐकवायचा आणि वेळेची चेतावनी त्या लोकांपर्यंत पोहोचवायचे, जे त्यांची उपेक्षा करत आहेत,व भारतीय जाती अजूनही वरवर दिसणारा एक शांत समुद्राप्रमाणे दिसत होती,पण आतल्या आत एक भयंकर वादळ घोंघावत होते आम्ही त्या लोकांना धोक्याची सुचना दिली आहे, जी समोर येणारी गंभीर परिस्थितीची चिन्ता न करता सरपटत धावत जात होते. आम्ही त्या कल्पनिक अहिंसेच्या समाप्तीची घोषणा केली आहे, ज्याची निरर्थकतेच्या बाबतीत नव्या पिढीच्या मनांत काही संदेह राहीला नाही आम्ही इमनदारीने सदभावना व मानव जातीच्या प्रति त्या भयंकर धोक्याच्या सुचना देण्यासाठी हा मार्ग शोधला आहे.ज्यांचा पुर्वाभास आम्हाला पण देशाच्या करोड लोकांप्रमाणे स्पष्ट झाला आहे. आम्ही मागे म्हटंल्या प्रमाणे कल्पनिक अहिंसा शब्दाचा प्रयोग केला आहे. आम्हाला त्यांची व्याख्या करायची आहे,आमच्या

दृष्टीने बळप्रयोग त्या वेळेचा अन्यायकारक होता.जर तो आक्रमक रितीने केला गेला आणि आमच्या दृष्टीने हिंसा आहे, परंतु ज्यावेळी शक्तिचा प्रयोग कोणत्याही विशिष्ठ उद्देशाच्या पूर्तिसाठी केला, तर तो नैतिक दृष्टीने न्यायसंगत होते.बळप्रयोगाचा पूर्ण बहिष्कार कपोल कल्पित भ्रांती आहे, ह्या देशात एक नवे आंदोलन उठले आहे, ज्याची पूर्व सुचना आम्ही दिली आहे,हे आंदोलन गुरु गोविंद सिंग, शिवाजी महाराज,कमाल पाशा, रिजा खाँ, वॉशिंगटन, आणि गैरी वॉल्डी, व लाफयेते आणि लेनिनच्या कर्यातून प्रेरणा ग्रहण करतात. आम्हाला असं वाटते कि विदेशी सरकार आणि भारताचे सार्वजनिक नेत्यांनी ह्या आंदोलनाकडे डोळेझाक केली आहे, तसचे त्यांच्या कानांत आवाज जात नाही, आता आमचे हे कर्तव्य आहे कि आम्ही अशा स्थानांवर धोक्याची सुचना देऊ,जेथे आमचा आवाज कोणीही न ऐकल्यासारख करेल. आम्ही आता पर्यंत विचाराधीन घटनांमागे निश्चित आयोजनांची चर्चा केली आहे,आता आमच्या प्रयोजनाच्या मर्यादे बाबत पण काही सांगायचे आहे. आमच्या मनांत त्या लोकांच्या बद्दल का ही व्यक्तिगत द्वेष किंवा मत्सर नाही,ज्यांना या घटनेच्या दरम्यान काहींना दुखापत झाली, एवढचे नाही,अस्मेंब्लीत उपस्थित कोणत्याही व्यक्तिबद्दल आमचा व्यक्तिगत द्वेष नव्हता,आम्ही इथ पर्यंत म्हणतो कि आम्ही मनुष्य-जीवनाला एवढ पवित्र मानतो,कि त्याच वर्णन करु शकत नाही, तसच कोणाला दुखापत करण्या ऐवजी मानव जातीची सेवा करण्यासाठी आमचे प्राण देण्यास तत्पर आहोत. आम्ही साम्राज्यवादी सेनेच्या त्या भाड्याच्या सैनिकांप्रमाणे नाही आहोत, जे हत्याकरण्यात रुची घेतात,ह्याउलट आम्ही मानव-जातीची रक्षा करण्याचा प्रयत्न करतो.ह्या नंतर सुध्दा आम्ही जाणून बुजुन अस्मेंब्ली भवनात स्फोट केला, ह्याचा स्विकार करतो हे तर सर्वांनाच माहीत आहे.तसचं आमची विनंती आहे, कि आमच्या प्रयोजनांचे आमच्या परिणामांनीच बघून घेतल पाहीजे, तसेच कल्पनिक परिस्थितीच्या पूर्व मान्यतेच्या आधारावर नाही. सरकारी विशेषज्ञांद्वारा कडून दिल्या गेलेल्या प्रमाणांशिवाय सत्य आहे कि आम्ही जे अस्मेंब्ली भवनात जे स्फोट केले त्यानी एक रिकाम्या बाकाची थोडीशी हानी झाली आणि एक डझनापेक्षा कमी लोकांना थोडस खरचटले, सरकारच्या वैज्ञानिकांनी हे एक चमत्कार म्हंटले आहे,परंतु आमच्या दृष्टीत ही एक पूर्ण वैज्ञानिक प्रक्रिया आहे, पहिली गोष्ट तर ही आहे,कि दोन स्फोट टेबल आणि

खुर्चीच्या मधील मोकळ्या जागेत झाले, दुसरी हि कि जे लोक विस्फोटा पासून केवळ दोन फुटावर होते-जसे श्री.राऊ, श्री. शंकर राव व जॉर्ज शुस्टर, ह्या लोकांना तर काहीच लागलं नव्हत. फक्त थोडस खरचटल होत जर ती स्फोटके आतून पोट्याशियम क्लोरेट आणि पिपरकोट सारख्या प्रभावशाली भरले असते,तर त्यांनी अडथळे तोडून दिले असते आणि एवढा मोठा स्फोट झाला असता तसच स्फोटापासून काही दूर वर बसलेले लोकही घाबरले असते,आणि त्या पेक्षाही अधिक विस्फोटक भरले असते तर विधानसभेच्या अधिकतर सदस्यांची जीवन-लीला समाप्त करु शकलो असतो. आम्ही हे ही करु शकलो असतो,कि आम्ही त्यांनी सरकारी कक्षात स्फोट केले असते, जेथे महत्वाच्या व्यक्ति बसल्या होत्या,आणि शेवटी आम्ही हे ही करु शकलो असतो कि त्या वेळेला अध्यक्ष दीर्घा कक्षात बसलेले सर जॉन सायमननां जखम झाली असती,ज्याने दुर्भाग्यपूर्ण कमीशननी देशातले सर्व विवेकशील लोक घृणा करत आहेत,परंतु आमचे हे काही प्रयोजन नव्हते आणि स्फोट ज्या प्रयोजनासाठी निर्माण केला गेला,त्यांनी त्यापेक्षा जास्त काम केले नाही,ह्यात काही चमत्कार नव्हता.आम्ही जाणून-बुजुन हेच ध्येय नक्की केल होते कि सर्व लोकांचे जीवन सुरक्षीत राहील.

ह्याच्या पश्यात आम्ही आपल्या कार्याचे परिणामकारक दंड प्राप्त करण्यासाठी स्वेच्छेने आम्ही आम्हालाच प्रस्तुत केलं आणि साम्रज्यवादी शोषकांना हे दाखवून दिले कि ते व्यक्तिंना चिरडू शकतात,विचारांची हत्या करु शकत नाही. दोन महत्व हीन गोष्टींना चिरडून टाकल्यानी राष्ट्र चिरडून टाकता येत नाही आम्ही ह्या ऐतिहासिक निष्कर्षावर जोर देत आहोत कि फ्रांस मधील लैटर्स डकेंटयेट व वैल्सटाइल्स घटनांनी क्रांतिकारी आंदोलन चिरडू शकले नाही,आणि फाशीची दोरी सायबेरियात ऊठलेल्याअधुनिक क्रांतिच्या ज्वाळेला विझवू शकली नाही ह्या प्रकारे हे ही असंभव आहे कि हा अध्यादेश आणि सुरक्षा विधेयक भारतीय स्वाधीनतेच्या जाळ्याना विझवू शकू,षडयंत्रांचे चक्रव्युह भेदून, त्यांची जोरदार शब्दांत निंदा करणे व मोठ्या आदर्शाची स्वप्न बघणारे नवयुवकांना फासावर चढवून क्रांतीची गती थांबवू शकत नाही. जर आमच्या ह्या धोक्याची उपेक्षा केली नाही,तर ही जीवनाची हानी आणि मोठ्या प्रमाणात दिली जाणारी पीडा थांबवण्यात सहायक सिध्द होऊ शकते. ह्या धोक्याची सुचना द्यायचा भार आम्ही स्वता:च्या खांद्यावर घेतला आणि कर्तव्याचे पालन केले. क्रांतिमध्ये

घातक संघर्षाला अनिवार्य स्थान नाही आहे, नाही त्यात व्यक्तिगत रुपाने बदला घेण्याची शंका येते. क्रांतिस्फोट आणि पिस्तुलाची संस्कृती नाही आहे. क्रांतिसाठी आमचे प्रयोजन हे आहे कि अन्यायावर आधारित वर्तमान अर्थव्यवस्थेत परिवर्तन आणायला पाहीजे. उत्पादक आणि समाजाचे अत्यंत आवश्यक तत्व आहे, परंतु शोषक लोक त्यांना श्रमच्या आणि मौलिक अधिकरांपासून वंचित करतात. आणि एक सगळ्यांसाठी अन्न उगवणारे कृषक परिवार भूकबळीने मरत आहेत.सर्व जगात कपडयाची पूर्ति करणारे विणकर आपल्याला आणि आपल्या मुलांना शरीर झाकण्यासाठी पूर्णपणे वस्त्र घेऊ शकत नाही,भवन निर्माण करणारे गवंडी आणि बढईचे काम कणारे लोक आलिशान महालांचे काम करुन सुध्दा घाणेरड्या वस्तीत राहात आहेत आणि मरतात.दुसरीकडे धनिक लोक, शोषक आणि समाजावरमेहेरबानी केल्याप्रमाणे लोक आपली ईच्छा पूर्ण करण्यासाठी करोडो रुपये पाण्या सारखे खर्च करीत आहेत. ही भयंकर विषमता आणि विकासची कृत्रिम समनता समजाला अराजकतेकडे घेऊन जात आहे, ही परिस्थिती नेहमी राहू शकत नाही, तसचं हे स्पष्ट आहे कि वर्तमान समाजव्यवस्था एका ज्वलामुखीच्या तोंडावर बसून आनंद व्यक्त करीत आहे, आणि शोषकांच्या अजाण बालकांप्रमाणे आपण एका भयंकर दरीच्या तोडावर ऊभे आहोत,जर सभ्यतेच्या चौकटीला वेळ असूनही वाचवले नाही, तर ती नष्ट-भ्रष्ट होऊन जाईल.आता क्रांतिकरी परिवर्तनाची आवश्यकता आहे, आणि जे लोक ह्या आवश्यकतेचा अनुभव करतात, त्यांच कर्तव्य आहे, कि ते समाजाची समाजवादी आधारावर पुन:रचना करायला पाहीजे,जो पर्यंत हे होत नाही, आणि राष्ट्राच्या द्वारे दुसरे राष्ट्राचे शोषण होत रहील. ज्याला सम्राज्यवाद म्हणता येईल, तोपर्यंत त्यातून उत्पन्न होणारी पिडा व अपमानांनी मानवजातीच्या सार्वभौमिक

शांतियुगाचे सुत्रपात करण्याच्या बाबतीतसगळ्या चर्चा पाखंडीपणा आहे, क्रांतिने आमचे प्रयोजन असे होते कि समाजिक व्यवस्था करणे.त्यामुळे ह्या प्रकरच्या घातक धोक्याचा सामना करायला लागू नये, आणि ज्यात सर्व प्रकारचे वर्गाचे प्रभुतेल मान्यता दिली जावी. ह्याचा परिणाम असा होईल कि विश्व-संघ मानव जातीच्या पूंजीवादाच्या बंधनाने व युद्धाने उत्पन्न होणारे नुकसानांपासून वचवता येईल, आमचा आदर्श हा आहे, आणि आदर्शची प्रेरणा ग्रहण करुन आम्ही एक जबरदस्त धोक्याची सुचना दिली आहे,जरी याची उपेक्षा केली किंवा

वर्तमान शासन-व्यवस्था नवोदित प्रकृतिक शक्तिच्या मर्गांना अडथळा आणण्याचा प्रयत्न चालू ठेवला, तर एक भयंकर भीषण संघर्ष उत्पन्न होईल यांत शंका नाही. ज्याच्या परिणामस्वरुपाने समस्त बाधक तत्वांन फेकून दिले जाईल.व सर्व थरांचे अधिपत्य होईल, ज्यानी क्रांतिच्या लक्षाल उपलब्ध केली जाऊ शकते.

क्रांति मानव-जातीची जन्मजात अधिकार आहे, स्वतंत्रता सगळ्या माणसांचा असा जन्मसिध्द अधिकार आहे, ज्याने कोणत्याही स्थितीत हिरवून घेतला जाऊ शकत नाही.श्रमिक वर्ग समाजाचा वस्तविक आधार आहे.लोकप्रभुतेची स्थापना श्रमिकांचे शेवटचे ध्येय आहे. ह्या आदर्शासाठी व ह्या आस्थेसाठी आम्ही सगळ्या कष्टांचे स्वागत करु,जे आम्हाला न्यायालयाकडून दिले जातील. ह्या वेदीवर आम्ही आमचे तारुण्य उदबत्ती प्रमाणे जळण्यासारखे झाले आहे.एवढ्या महान ध्येयासाठी कोणतेही बलिदान मोठं मानल जाऊ शकत नाही,आम्ही क्रांतिच्या उत्कर्षाची संतोषजनक प्रतिक्षा करु. 'इनकलाब झिंदाबाद'

सेशन जज्ज मिडल्टन च्या मतानुसार ह्या वक्तव्यावर काही अंशी चिंताजनक होते, म्हणून त्यांनी बचाव पक्षाचे वकिल श्री. आसफ अली व पब्लिक प्रोसिक्यूटर दोघांना बोलावले, व ह्यात त्या चिंताजनक भागांना निकाल देण्याची इच्छा व्यक्त केली. श्री. आसफ अली ह्यावर सहमत झाले, व त्यांनी भगत सिंगाना पण ह्या करीता मनाई केली, ह्या प्रकारे त्यांच्या भाषणात सुधारणा करुनच त्याची प्रत दस्ताऐवज म्हणून ठेवण्यात आली.दिल्लीच्या कमिशनर ने ताबडतोब आदेश जारी केला, कि कोणत्याही वर्तमान पत्रांत भगत सिंगांचे हे भाषण प्रकशित होऊ देऊ नका.परंतु ही आशा प्रसिध्द करण्यच्या आगोदरच मपायोनियरफ ने ह्याचे मूळ रुप प्रकशित केले होते, नंतर संशोधित भाषणाची एक-एक प्रत सर्व वर्तमान पत्रांना पठवली गेली, त्यांनी ती प्रकाशित केली, हेच नाही विदेशी वर्तमान पत्रात सुद्धा ह्याला प्रमुख बातमी म्हणून प्रकाशित करण्यात आले.ह्याने सर्व क्रांतिकारी यांचे विचार सर्व जगासमोर आले.वस्तवात सुध्दा भगत सिंगांचे पण हीच इच्छा होती, कि त्यांचे विचारांनी सर्व जग परिचित व्हावे. ह्या भाषणाला न्यायालयात स्वत: भगत सिंगांनी वाचले होते आणि बटुकेश्वर दत्तांच्या बाजूने त्यांचे वकिल श्री.आसफ अली होते, ह्या भाषणाने संपूर्ण देशाचे लक्ष भगत सिंगांकडे आणखीनच आकृष्ट झाले, सगळ्यात मोठी गोष्ट हि होती कि ह्या वीरांनी आपल्या बचावासठी काहीही प्रयत्न केला नाही, शेवटी १ जून १९२९ ला ह्या मामल्याची सुनावणी

समाप्त झाली, १२ जून १०२९ ल सेशन कोर्टाने आपल्या ४१ पानांचा निकाल ऐकवला, ज्यात भगत सिंगांन व बटुकेश्वर दत्तांना भारतीय दंड संहितेच्या कलम ३०७ व विस्फोटक पदार्थ कयदा कलम ३ च्या आधारे आजीवन कैदे ची शिक्षा देण्यात आली.ह्या नंतर भगत सिंगांना पंजाब च्या बदनाम मियवाली तुरुंगात व बटुकेश्वर दत्तांना लाहोरच्या सेंट्रल तुरुंगात पाठविण्यात आले.

उच्चन्यायालयात अपील :

एवढं तरी स्पष्ट आहे कि हे दोन्ही वीर खालच्या न्यायालयातच आपला बचाव करण्याच्या विरुद्ध होते,पण त्यांना आपल्या विचारांना अधिकाधिक लोकांपर्यंत पोहोचवायच होतं, ह्यासाठी सेशन जज्जांच्या निकालावर लाहोर उच्चन्यायालयात अपील केले,ह्या त्याच्या अपीलाला जस्टीस फोर्ड व जस्टीस एडिसन नी ऐकले. येथे भगत सिंगांनी आपली महत्वपूर्ण अशी दुसरी जबानी दिली.'माय लॉर्ड, आम्ही वकिल नाही कि इंग्रजीचे विशेषज्ञ नाही, नाही आमच्याकडे पदव्या आहेत, म्हणून आमच्या कडून चांगल्या भाषणाची अपेक्षा करु नका. आमची प्रार्थना आहे कि आमच्या जबानीच्या संबंधी चुकांवर ध्यान न देता त्याचा मतीतार्थ समजून घ्या.दुसरे सर्व मुद्दे आमच्या वकिलांवर सोडून,मी एका मुद्यावर माझे विचार प्रकट करतो,हा मुद्दा ह्या खटल्यात अत्त्यंत महत्वाचा आहे, महत्व असं आहे कि आमचं ध्येय काय होते? आणि आम्ही कोणत्या सीमेपर्यत दोषी आहोत.हा मामला मोठा क्लिश्ट आहे,ह्यासाठी कोणतीही व्यक्ति आपल्यासमोर तेवढ्या ताकदीने आमचे विचार मांडू शकणार नाही, त्याच्याच प्रभावाने आम्ही आमच्या कुवतीने विचार आणि व्यवहार करु लागलो,आम्हाला असं वाटतं कि ह्याला नजरेत ठेऊन आमचा दृष्टीकोन आणि अपराधाचा अंदाज लावला पाहीजे. प्रसिद्ध कायदेतज्ञ सालोमनांच्या अनुसार कोणत्याही व्यक्तिला त्याच्या उद्देशांची खातरजमा केल्या शिवाय तो पर्यंत त्याला शिक्षा मिळाली नाही पाहीजे जो पर्यंत त्याचे कायद्याविरोधी आचरण सिद्ध होत नाही.सेशन जज्जांच्या न्यायलयात आम्ही जी लिखीत जबानी दिली होती,ती आमच्या उद्देश्याची व्याख्या करीत होतो.आणि ह्याच रुपात आमच्या दृष्टीकोनातून ही व्याख्या करीत होतो. माय लॉड, ह्या परिस्थितीत विद्वान जजांसाठी बरोबर होत कि अपराधाचा अंदाज एक तर पसिणम पाहून ठरवला जातो, किंवा आमच्या जबानीच्या मदतीने मनोवैज्ञानिक चाचणी वरुन निर्णय केला असता, परंतु त्यांनी

ह्या दोघांच्यातील एक ही काम केले नाही. पहिली गोष्ट ही आहे कि अस्मेंब्लीत आम्ही जे स्फोट केले, त्यानी कोण्त्याही व्यक्तिला शरीरिक किंवा मानसिक हानी झाली नाही ह्या दृष्टीने जी शिक्षा आम्हाला दिली गेली. बघितल तर जो पर्यंत आरोपींच्या मनोभावनेचा अंदाज लावला जात नाही,त्याचा खरा उद्देश्याचा अंदाज ही लावला जाऊ शकत नाही,जर उद्देश्याचा विचार सोडला, तर कोणत्याही व्यक्ति बरोबर न्याय होऊच शकत नाही.कारण कि उद्देश्याला नजरेत न ठेवल्याने संसारातले मोठे-मोठे सेनापतिया सर्वांकडे साधारण हत्यारे म्हणून बघावं लागेल. सरकारी कर वसूल करणारे अधिकतर चोर दिसतील,आणि न्यायाधिशांवर पण खूनाचा अभियोग चालवला जाईल, आशा रितीने तर समाजिक व्यवस्था आणि सभ्यता, खून चोरी, आणि बनवा-बनवी अशी राहील. जर उद्देशाची उपेक्षा केली, तर सरकारला काय अधिकार आहे कि समाजातील व्यक्तिंकडून न्याय करुन घ्यायचा.जर उद्देशाची उपेक्षा केली तर धर्माचा प्रचार हा खोटा प्रचार दिसेल, आणि प्रत्येक जण देवावर पण अभियोग लावेल, कि त्यांनी करोडो भोळ्या-भाबड्यांना आणि अजाण लोकांची देशाभूल केली आहे,जर उद्देश्याला विसरुन गेलो,तर हजरत ईसामसीह गोंधळ घालणारे व शांती भंग करणारे आणि विद्रोहाचा प्रचार करणारे दिसतील, आणि कायद्याच्या शब्दात धोकादायक व्यक्तित्व मानलं जाईल. पण आम्ही त्यांची पूजा करतो,त्यांच्या बद्दल आमच्या मनांत अत्यंत आदर आहे, त्यांची मूर्ती आमच्या हृदयात आध्यात्मिकतेचे स्पंदन निर्माण करतात, हे कां? हे आशासाठी, कि त्यांच्या प्रयत्नांचा प्रेरक एका उच्च दर्ज्याचा उद्देश्य होता,त्या युगातील शासकांनी त्यांच्या उद्देश्याल ओळखले नाही, त्यांनी त्यांच्या बाहेरील व्यवहारालाच पाहीले,पण,त्या वेळे पासून आजतागायत १९ शतके उलटून गेली आहेत, काय आपण त्यावेळेपासून आजपर्यंत काहीच प्रगती केली नाही,कि काय आपण त्याच त्याच चूका करत रहाणार?, जर असें असेल तर माणुसकीच्या बलिदानाने महान शहीदांचे प्रयत्न फुकट गेले आणि आज ही आपण त्याच ठिकाणी आहोत, जेथे आजपासून २० शतके आगोदर होतो. कायद्याच्या दृष्टीने उद्देश्याचा प्रश्नाला एक वेगळे महत्व आहे.जनरल डायरचेच उदाहरण घ्या, त्यांनी गोळ्या चालवल्या आणि शेकडो निरपराध आणि शस्त्रहीन लोकांना मारुन टाकले, परंतु सैनिकी न्यायालयात त्यांना गोळी मरण्याच्या हुकुमा जागी लाखो रुपये बक्षिस दिले. अजून एका उदाहरणावर ध्यान द्यावेश्री.

खडगबहाद्दुर सिंगांना मरणाची शिक्षा मिळायला पाहीजे होती, पण त्यांना काही वर्ष साध्या कैदेची शिक्षा झाली, आणि सुटकेच्या आधीच त्यांची मुक्तता केली. ह्याचा अर्थ कायद्यात काही तृटी होत्या.ज्यामुळे त्यांना फाशीची शिक्षा दिली नाही, आणि त्यांच्या विरुद्ध हत्येचा अभियोग सिद्ध झाला नाही?त्यांनी आमच्यासारखाच अपराध स्विकार केला होता, पण त्यांचे जीवन वाचले आणि ते स्वतंत्र आहेत.मी असं विचारतो, कि त्यांना फाशी कां दिली नाही? त्यांच कार्य तोलून-मापून होत. त्यानी क्लिष्ट प्रकारची तयारी केली होती.उद्देश्याच्या दृष्टीने त्यांच कार्य आमच्या दृष्टीने जास्त धोकादायक आणि गंभीर होत. म्हणून त्यांना कमी शिक्षा झाली.कारण कि त्यांचा हेतू साफ होता,त्यानी समाजाला अशा एका जळू पासून मुक्ति दिली जिने अनेक सुंदर मुलींचे शोषण केले होते,श्री. खड्ग सिंगांना कायद्याच्या प्रतिष्ठेला वाचवण्यासाठी काही वर्षांची शिक्षा देण्यात आली, हा सिद्धांताचा विरोध आहे, जो तर असा आहे-फ्कायदा माणसांसाठी आहे, माणसं कायद्यासाठी नाहीत.आशा परिस्थितीत काय कारण आहे, कि आम्हाला त्या सूटी का दिल्या नाहीत.ज्या खडकसिंगांना मिळाल्या होत्या.कारण कि त्यांना हलक्या शिक्षा देताना त्यांचा उद्देश्य डोळ्या समोर ठेवला होता, नाहीतर दुसरी कोणत्याही व्यक्तिनी एखादा खून केला असता तर ती व्यक्ति फाशीच्या शिक्षेपासून वाचली नसती. काय ह्यासाठीच आम्हाला सामान्य कायद्याचा अधिकार मिळत नाही, का आमचे आमचे कार्य सरकारच्या विरुद्ध होते, का ह्यासाठी कि ह्या कार्याला राजनीतिक महत्व आहे?माय लॉर्ड, ह्या परिस्थितीत मला बोलण्याची परवानगी मिळावी, कि जे सरकार घाणेरड्या कृत्यात लपण्यासाठी जागा शोधत आहे,जे सरकार व्यक्तिंचे नैसर्गिक अधिकार खेचून घेत आहे ज्याला जीवंत राहाण्याचा काहीही अधिकार प्राप्त होत नाही.जर तो कायम आहे तर तो अराजकतेनुसार हजारो निर्दोषांचा खून त्यांच्या मानेवर आहे,जर कायदा उद्देश्य बघत नाही तर तो न्याय होऊ शकत नाही आणि स्थायी शांती प्रस्थापित होऊ शकत नाही. पिठात रवा मिसळणे हा काही गुन्हा नाही, पण अट एकच कि ह्याचा उद्देश्य उंदरांना मारण्यासाठी होवो, परंतु जर ह्यानी कोणत्याही माणसाला मारले, तर हा खूनाचा अपराध होतो. म्हणून आशा कायद्यावर ज्या युक्तिवर आधारित नाही आणि न्याय विरोधी कायद्याच्या प्रति मोठे-मोठे श्रेष्ठ बौध्दिक लोकांनी उठावाचे कार्य केले आहे. आमच्या खटल्यात

तथ्य एकदम साधे आहे, ७ एप्रिल १९२९ रोजी आम्ही सेंट्रल अस्मेंब्लीत दोन स्फोट केले, त्यांच्या आवाजाने काही लोकांना थोडसं लागल, खरचटलं, खोलीत हलकल्लोळ माजला, शेकडो दर्शक आणि सदस्य बाहेर गेले. काही वेळानंतर भयाण शांतता आली, मी आणि साथी बी. के. दत्त शांतपणे दर्शकांच्या सज्जात बसलो होतो.आणि आम्ही स्वत: ला प्रस्तुत केले कि आम्हाला अटक करा. आम्हाला अटक झाली अभियोग लावले, आणि हत्याच्या अपराधात शिक्षा दिली, पण स्फोटामुळे चार-पाच लोकांचे मामुली नुकसान झाले, आणि ज्यांनी कोणत्याही हस्तक्षेपाशिवाय स्वता:ला अटक करवून घेतलं सेशन जज्जांनी स्विकार केला, कि जर त्यांना पळायचे असते तर ते पळण्यात यशस्वी झाले असते. आम्ही आमचा अपराध स्विकार केला,आणि आपली स्थिती स्पष्ट करण्यासाठी जबानी दिली. आम्हाला शिक्षेचे भय वाटत नाहीपरंतु आम्ही काही चुकीच केलय असं समजू नये.आमच्या जाबानीतील काही भाग वगळण्यात आला आहे, हे वस्तविक स्थितीच्या दृष्टीन हानिकारक आहे.समग्र रुपातून आमच्या वक्तव्याच्या आध्यायातून स्पष्ट प्रकट होते कि आमच्या दृष्टीकोनातून आमचा देश एक नाजूक परिस्थितीतून जात आहे,ह्या देशात खूप मोठ्या आवाजात धोक्याची घंटा देण्याची जरुरी होती, आणि आम्ही ती आमच्या विचारानुसार दिली आहे, शक्यता आहे कि आम्ही चुकीच्या रस्त्यावर आहोत,पण हो, आमच्या विचार करण्याची पध्दत,जज्ज महोदयांच्या पध्दती पेक्षा भिन्न असेल, पण, ह्याचा अर्थ असा नाही कि आम्हाला विचार प्रकट करण्याची स्वीकृती मिळू नये, आणि चुकीच्या गोष्टी आमच्या बरोबर जोडल्या जाव्यात. मइन्कलाब झिंदाबादफ आणि मसाम्राज्यवाद मुर्दाबादफच्या संदर्भात आमची जी व्याख्या आमच्या जबानीत दिले आहे, त्याला बगल करण्यात आली आहे,खरतर हा आमच्या उद्देश्याचा एक खास भाग आहे,फइन्कलाब झिंदाबादफचा आमचा तो उद्देश्य नव्हता,जो सर्व सधारणपणे चुकीचा अर्थ समजला जातो,पिस्तुल आणि स्फोट इन्कलाब आणत नाहीत पण इन्कलाब ची तलवार विचारांनी धारे सारखी चमकते,आणि हीच गोष्ट होती, जी आम्ही प्रकट करण्याचा प्रयत्न करतो, आमच्या इन्कलाब चा अर्थ भांडवलशाही युद्धामुळे येणार्या संकटांचा अंत करणे आहे,मुख्य उद्देश्य आणि त्या प्राप्त करण्याच्या प्रक्रियेल न समजता कोणताही निर्णय देणे उचित होणार नाही,चुकीच्या गोष्टी आमच्या बरोबर जोडणे

साफ अन्यायकारक आहे, ह्याचे सुचना देणे खूपच आवश्यक आहे, चलबिचल रोजच्या-रोज वाढते आहे, जर योग्य इलाज केला नाही, तर रोग खूपच गंभीर रुप धारण करील कोणीही मानवीय शक्ती ह्याला थांबवू शकत नाही. आता आम्ही ह्या वावटळाची दिशा बदलण्यासाठी ही कार्यवाही केली आहे, आम्ही इतिहासाचे गंभीर आभ्यासक आहोत, आमचा विश्वास आहे कि जर सत्ताधरी शक्ति वेळेवर आणि बरोबर कार्यवाही करतील तर फ्रांस आणि रशियाचे खूनी क्रांति कोसळ्ली नसती, जगातील मोठी-मोठी सरकार विचारांच्यावादळाला थांबवून खून-हत्यां सारख्या वातावरणात बुडून गेली असती, सत्ताधारी लोकं परिस्थितीच्या प्रभावाला बदलू शकतील, आम्ही पहिल्यांदा सुचना देणार आहोत, आणि जर आम्ही काही व्यक्तिंची हत्या करण्यासाठी इच्छुक होतो तर आम्ही मुख्य उद्देश्यात सफल झालो नसतो. माय लॉर्ड, नीती आणि उद्देश्याच्या दृष्टीत ठेवून कार्यवाहीच्या दिशेने ह्या कार्यवाहीची जबानी आमच समर्थन करते, एक गोष्ट स्पष्ट करणे आवश्यक आहे, जर आम्हाला स्फोटाच्या संदर्भात कही ज्ञान नसते तर आम्ही पंडित मोतीलाल नेहरु,श्री.केसरकर,श्री. जयकर, श्री. जिना,ह्यासारखे सन्मानीत राष्ट्रीय व्यक्तिंच्या उपस्थितीत का स्फोट केले असते? आम्ही नेत्यांचे जीवनाला कोणत्याही प्रकारे कसे संकटात टाकू? आम्ही वेडे नाही, आणि जर वेडे असतो तर आम्हाल तुरुंगात न ठेवता वेड्यांच्या दवाखान्यात ठेवलेअसते.स्फोटाच्या संदर्भात आम्हाला निश्चित महीती होती, त्याच कारणानी असं साहस केले, ज्या बाकांवर लोक बसले होते,त्यांच्यावर स्फोट करणे अतिशय कठीण काम होते,जर स्फोट करणारे हुषार नसते, किंवा असंतुलित असते तर स्फोट मोकळ्या जागेत न होता बाकांवर झाले असते,मी तर सांगतो कि मोकळी जागा शोधण्यासाठी जी हिम्मत आम्ही दखवली, त्यासाठी आम्हाला इनाम दिले पाहीजे, ह्या परिस्थितीत माय लॉर्ड!, आम्ही विचार करतो, आम्हाला चांगल्या प्रकारे समजू शकले नाहीत, आपल्या सेवेत आम्ही शिक्षा कमी करण्यास आलो नाही, पण आमची स्थिती स्पष्ट करण्यास आलो आहोत,आमच्या बरोबर कोणताही अनुचित व्यवहार होऊ नये, आणि आमच्या संबंधात अनुचित सल्ला देऊ नये, शिक्षेचा प्रश्न आमच्यासाठी गौण आहे. भगत सिंग भारतमातेचे खरे सुपुत्र होते,भारताच्या गुलामीसाठी त्यांच्या ह्रदयात जी काळजी होती, त्याच्यासाठी ते क्रांतिकरीझाले, अजूनही त्यांच्या भाषणात कोठेही, कोणतीही गोष्ट अशी नाही, जी खोटी नाही,

तरेपण विदेशी इंग्रजांकडून न्यायाची आशा करणे म्हणजे, वाळूचे कण रगडून तेल काढण्या सारखे आहे. श्री. असाफ अलींनी दोन दिवस वादविवाद केला. सरकारी वकिलांनी साडे तीन दिवसांनी त्यांच्या तर्कावर उत्तर दिले, यात भगत सिंग स्वत: युक्तिवाद करत होते.शेवटी १३जानेवारी १९३० रोजी उच्च न्यायालयाने सेशन जज्जांचा निकालाला मान्य ठरवून अपील फेटाळून टाकले.

* * *

(६)

लाहोर तुरूंगात

संसदेतील स्फोटात भगतसिंह आणि बटुकेश्वर दत्त यांच्यावरील खटला दिल्लीत चालला होता. त्यावेळी त्यांना यूरोपियन वर्गात ठेवलं गेल होत. आणि त्यांच्याशी चांगले व्यवहार केले जात असत. परंतु अन्य कैद्यांबरोबर हे होत नव्हत. त्याच बरोबर ब्रिटीश सरकार त्यांना साण्डर्स हत्येत गोवण्यासाठीच्या तयारीत होते. त्यासाठी प्रत्यक्षदर्शी/भाडोत्री साक्षीदार मिळाले होते. वास्तविक त्यासाठीच त्यांना मियांवाली तुरूंगात स्थलांतरीत केले होते. ह्या तुरूंगात त्यांची अनेक राजनितीक कैद्यांशी ओळख झाली. जसे १९१४-१५ च्या ''गदर आंदोलन '',''मार्शल लॉ एजिटेशन'' तसेच ''बब्बर अकाली'' आंदोलनात भाग घेतला त्यासाठी जन्मठेपेची शिक्षा भोगत होते. तेथे राजकिय कैद्यांवर होणारे अत्याचार भगतसिंगने बघितले व त्यांचा अनुभव पण घेतला. शेवटी त्यांनी अन्न त्याग करण्याचा विचार केला. त्यावेळी त्यांनी सर्व कैद्यांना संबोधित केले आणि म्हणाले

''मित्रांनो''! जर आपण तुरूंगाच्या बाहेर असतो तर आपण आपली आजादीची लढाई लढता लढता संपून गेलो असतो ह्या तुरूंगाला सुद्धा ब्रिटीश सरकारनी बनवले आहे. त्यांचा हेतू एकच होता तो म्हणजे देशभक्ती करणाऱ्यांचं मन आणि ताकद याचा बिमोड करणे. इथे त्यांना माणसाला माणूस समजायच नाही आणि त्यांच्या बरोबर माणूसकी दाखवायची नाही.

मग त्यांनी ''अन्न त्याग''करण्याचा प्रस्ताव सर्वांसमोर ठेवला. सर्वांनी एकमतानी त्यांना सहमती दिली. म्हणून त्यांनी १५ जून १९२९ पासून ''अन्न त्यागा''ला सुरूवात केली.आणि १७ जून १९२९ रोजी पंजाब राज्याच्या इन्स्पेक्टर जनरल तुरूंगाला पत्र लिहिले.

सेवेत

इन्स्पेक्टर जनरल,तुरूंग विभाग

पंजाब तुरूंग, लाहोर

प्रिय महोदय,

साण्डर्स हत्या प्रकरणात अटक केलेल्या दुसऱ्या युवकांबरोबर ही माझ्यावर खटला चालवला जाईल हे ही सत्य आहे. माझीदिल्लीत मियांवाली तुरूंगात बदली करण्यात आली त्याची सुरूवात २६ जून १९२९ पासून होणार आहे. त्यामुळे मला येथे स्थलांतरीत करण्यात आपली काय भावना आहे हे माझ्या समजण्या पलीकडचे आहे.

असो! तरीपण एखाद्या माणसाला सर्व सेवा सवलती मिळायला पाहिजेत, ज्याने तो माणूस आपल्या खटल्याची तयारी करू शकेल आणि ही न्यायीक मागणी आहे. तसेच तो खटला लढू शकेल.परंतु येथे राहून माझ्या वडीलांना व इतर नातेवाईकांना संपर्क करण्यात फार त्रास होतोय. हे स्थळ अतिशय वेगळे आहे. रस्ता त्रासदायक आहे. आणि लाहोर पासून खूप दूर आहे. अशात मी येथे राहून मी माझा वकील कसा ठेवू शकतो ?

मी आपल्याला विनंती करू इच्छितो, की आपण मला लाहोर तुरूंगात पाठविण्याचा आदेश द्यावा. ज्यामूळे मला खटला लढण्यास व खटल्याची तयारी करण्यास वेळ मिळेल.

मला वाटते की आपण ह्या गोष्टीचा लवकरात लवकर निर्णय घ्यावा.

आपला

भगतसिंग

आजन्म कैदी मियांवाली तुरूंग ,१७-६-१९२९

ह्या विनंतीपत्राचा अनुकूल प्रभाव पडला. शेवटी साधारणपणे एक आठवड्यात त्यांना लाहोर सेंट्रल जेल मध्ये पाठवण्यात आले. येथे बटुकेश्वर सुद्धा होते. ते पण ह्या सत्याग्रहात सामील झाले. सुखदेव, जतींद्रनाथ दास,अजय घोष,शिव वर्मा, गया प्रसाद,जयदेव कुमार, राजगुरू,आणि के.के. सिन्हा यांच्यावर ही साण्डर्स हत्याकांडचा खटला चालू होता. हे सर्व लाहोरच्या बोस्टल जेल मध्ये होते. भगतसिंगचा अन्न त्याग सत्याग्रहा बद्दलची बातमी ऐकून दत्त नी पण १५ जून १९२९ पासून अन्न त्याग सत्याग्रहास सुरूवात केली. जतींद्रनाथ दास नी ह्या

सत्याग्रहात चार दिवस सहभाग घेतला. ह्या अन्न त्याग सत्याग्रहात भगतसिंगचे वजन झपाट्याने कमी होऊ लागले. सत्याग्रहाच्या पहिल्या दिवशी त्यांचे वजन १३३ पौंड होते पण ९ जुलै १९२९ ला त्यात १४ पौंड कमी नोंदवले गेले. अशा प्रकारे अन्य साथीदारांचे वजन झपाट्याने कमी होऊ लागले. तरी ही सर्वजणांचा सत्याग्रह चालूच राहीला. अशा प्रकारच्या बातम्या वर्तमानपत्रात छापून येऊ -येऊ लागल्या. सरकारच्या अशा या व्यवहाराच्या विरोधात ठिकठिकाणी सभा भरू लागल्या. अमृतसरच्या जालीयनवाला बागेत ३० जून १९२९ रोजी अध्यक्ष डॉ. किचलू यांच्या अध्यक्षतेखाली नगर काँग्रेस आणि नौजवान भारत यांची संयुक्त सभा झाली सभेत भगतसिंगच्या " इन्कलाब झिंदाबाद" तसच "साम्राज्य वाद का नाश हो " ह्या घोषणा देण्यात आल्या. भगतसिंग आणि त्याच्या साथदारांची प्रशंसा करण्यात आली. देवकीनंदन चरण उर्फ मास्टर मोतिसिंह यांनी आपले शुभाशिर्वाद अर्पण केले. शेवटी हसनुद्दीन यांचा प्रस्ताव सर्वांनी मिळून स्विकारला.

भगतसिंह आणि बटुकेश्वर दत्त यांच्या १४ दिवसांच्याराजकिय कैद्यांच्या गैरव्यवहाराच्या विरोधात सुरू झालेले अन्न त्याग सत्याग्रहाची प्रशंसा अमृतसरच्या नागरिकांनी केली. तसेच त्यांच्या बद्दल कळवळा वाटणाऱ्या नोकरशहांना धोक्याची सूचना देण्यात आली जर त्यांना जीवनात काही धोका झाला तर त्या धोक्याची जबाबदारी ज्याची त्याची असेल.

नौजवान भारत लाहोर तर्फे २१ जुलै १९२९ हा दिवस भगतसिंग दिवस मानला जाऊ लागला. ह्या दिवसासाठी साधारणपणे १० हजार लोकांनी भाग घेतला.

जनतेकडून होणाऱ्या प्रबळ विरोधा नंतर ही अन्न सतग्रह करणाऱ्यांसाठी सरकारकडून कोणतच विधायक काम होत नव्हत. त्यांना जबरदस्तीने जेवण देण्यात यायचं. परंतू सत्याग्रहींचा त्याला विरोध होता.

मॅजिस्ट्रेट श्री.श्रीकृष्ण यांच्या न्यायालयात १० जुलै ला साण्डर्स हत्याकांडाची सुनावणी सुरू झाली.न्यायालय त्याच तुरूंगात सुरू झालं. भगतसिंग व बटुकेश्वर यांना न्यायालयातील कोठडी पर्यंत ढकलगाडीतून आणण्यात आलं. त्याच ठिकाणी ते सुखदेव,शिववर्मा यांच्या सोबत अन्य साथीदारांना भेटले त्यानंतर न्यायालयात न्यायालयाला जयदेव यांच्याकडून सांगण्यात आलं की,बोस्टल तुरूंगातील कैद्यांच्या दुसऱ्या गटातील साथिदार भगतसिंगाच्या समर्थनार्थ अन्न

सत्याग्रह करीत आहेत.

१४ जुलै १९२९ रोजी भगतसिंगने भारत सरकारच्या गृहसदस्याला पत्र लिहिले. त्या पत्रात कैदेतील कैद्यांच्या साठी खालील मागण्या केल्या गेल्या.

१) राजकिय कैदी असल्यामुळे आम्हाला चांगल जेवण देण्यात याव. त्यामुळे आमच्या जेवणाचा दर्जा युरोपियन कैद्यांप्रमाणे असावा. आम्ही त्यांच्याच खाण्याचा आग्रह धरीत नाही. तरीपण दर्जा तसा असावा.

२) आम्हाला परिश्रमाखाली तुरूंगातील अपमानास्पद काम करण्यासाठी जबरदस्ती करायची नाही.

३) आम्हाला बीनाअट परवानगी मिळाल्यास पुस्तक आणि लिहिण्याचे सामान घेण्याची सुविधा असावी.

४) कमीत कमी एक वर्तमानपत्र प्रत्येक कैद्याला मिळाव.

५) प्रत्येक तुरूंगात राजनैतिक कैद्यांसाठी एक विशेष कक्ष असावा. त्यात सर्व गोष्टींची पूर्तता असावी. की जी युरोपियन कैद्यांना मिळते.एका तुरूंगात राहाणाऱ्या सर्व राजनैतिक कैद्यांना त्याच कक्षात ठेवावे.

६) आंघोळीसाठी सुविधा मिळावी.

७) कपडे चांगले असावेत.

८) उत्तर प्रदेश तुरूंग सुधार समिती श्री जगत नारायण तथा खान बहादूर हाफिज हिदायत हुसेन यांनी ही शिफारस केली की, राजनैतिक कैद्यांबरोबर चांगल्या श्रेणीतील कैद्यासारखा व्यवहार असावा. तसाच आमच्यावर लागू व्हावा.

हा ''अन्न सत्याग्रह '' भगतसिंगच्या जीवनातील एक अभूतपूर्व परिक्षा होती. भले ही ते शरिराने कमकुवत झाले असतील तरी त्यांना न्यायालयात आणताना हातकड्या घालून आणत होते. एकदा १७ जुलै १९२९ रोजी यांनी हातकड्या घालण्यास नकार दिला. भगतसिंगला ढकलगाडीतून आणऱ्यात आले.एवढे अशक्त असूनही ते न्यायालयात उठून उभे राहिले. त्यांनी न्यायालयाला ओरडून सांगितले ''पोलिसांकडून हातकड्या घालणे हा आमचा अपमान आहे. तेव्हा आमच्यासाठी न्यायाने वागा. आपण आमची एकही तक्रार ऐकली नाही. तेव्हा आमचा तुमच्यावर अजिबात विश्वास नाही. आपण प्रत्येक गोष्टीत पोलीसांच्या

इशाऱ्यावर नाचत आहात. हातकडी लावली म्हणून आम्ही एक दुसऱ्याच्या खटल्याविषयी बोलू पण शकतो.?ह्या न्यायालयात आम्हाला न्यायाची आशा नाही. तेव्हा हे असले ढोंग कशाला ? काय आपण किंवा के.बी. अब्दुल आजाज एक पोलीस अधिकारी न्यायालयाची अध्यक्षता करीत आहेत ?

न्यायाधिशांनी भगतसिंगच्या या वक्तव्यावर नाराजी व्यक्त करत त्याला वाटेल तसे बोलले आणि त्याला गुंडागर्दीचे काम करतोय अस म्हणाले. त्याचबरोबर

त्याचबरोबर तुरूंग अधिक्षकांना आदेश दिला की, भगतसिंग विरोधात अनुशासनाची कार्यवाही व्हावी.

अधिक्षक सेंट्रल जेल लाहोर नी इन्स्पेक्टर जनरल जेल पंजाब यांना १५ जुलै १९२९ रोजी एक तपशील पाठवला त्या अनुशंगाने भगतसिंग व दत्त यांना विशेष प्रकारचे जेवण देण्यात यावे, परंतु भगतसिंगने त्याचा अस्विकार केला. त्याचं म्हणणं होतं की सरकारी बजेट मध्ये कैद्यांच्या जेवणाची मात्रा छापली असावी आणि ते सर्व राजनितीक कैद्यांना लागू असावं.

हा अन्नत्याग सरकारपुढे एक आव्हान होते. तीस जुलै पर्यंत भगतसिंहचे वजन आठवड्याला ५ पौंड कमी होत गेल व शेवटी थांबल.

अन्नत्याग सत्याग्रहींची ढासळती दशा :

अन्नत्याग सत्याग्रह करणाऱ्यांची तब्येत दिवसेंदिवस ढासळत होती. परंतु तुरूंग अधिकारी त्यांच्या मागण्या मानण्याशिवाय त्यांना जबरदस्ती जेवण देण्याचा प्रयत्न करत होते. भारत मातेचे सुपुत्र वेगळ्याच मातीचे बनले आहेत. किशोरीलाल गरम पाणी व तिखट मिरची गिळत होते. त्यावेळी त्यांना जबरदस्तीने नाकात नळी खुपसून जेवण दिलं जायचं त्यावेळी एवढा खोकला यायचा की नळी काढून टाकावी लागायची. अशावेळी त्यांचा श्वास कोंडायचा. अजय घोष यांनाही जबरदस्तीने जेवण दिल्यावर ते माशी गिळून टाकायचे. का तर उलटी होऊन जेवण बाहेर पडेल. सत्याग्रहींच्या खोलीत सत्याग्रहींसाठी पाण्याच्या ऐवजी दूध ठेवण्यात येत असे. ही एक कठीण परीक्षा होती. तहानेने व्याकूळ झाल्यावर सत्याग्रहींनी दुधाचे हंडे फोडण्यास सुरवात केली. औषधातूनही जेवण देण्याचा प्रयत्न झाला पण त्यालाही विरोध केला. कैद्यांच्या कोठडीत स्वादिष्ट पक्कान्न फेकण्यात येत होते. त्यांना लालूच दाखवायचे. पण तेही त्यांनी फेकून दिले. तुरूंग अधिकाऱ्यांच्या साऱ्या क्लुप्त्या फोल ठरल्या.

अत्यंत अशक्त असूनही भगतसिंग सगळ्या साथिदारांना भेटायला बोस्टल जेल मध्ये पण जात होते.

जतीनदासांचे हौतात्म्य :

न जाणो जतीनदास कोणत्या मातीचें बनले होते. त्यांना कोणत्याही प्रकारे भोजन देण्याचा प्रयत्न सफल होत नव्हता. तुरूंगात सर्व कैद्यांना पंजाबी जेवण देत होते.-परंतु जतीनदास ना लालूच दाखविण्यासाठी बंगालचे प्रिय भोजन मच्छी व भात देण्यात आला. ह्याचा पण त्यांच्यावर काहीच परिणाम झाला नाही. काहीही झालं तरी वाघ काही गवत खात नाही जरी तो पिंजऱ्यात बंद असला तरी. २४ जुलैला त्यांना दवाखान्यात हलविण्यात आले. डॉक्टरांनी रबरी नळीतून काही खाण्यास दिले पण असफल झाले. डॉक्टरांच्या मते त्यांना अशा प्रकारचे जेवण दिले तर ते मरून जातील. ह्या अशा प्रकारच्या योजना विरूद्ध ते हारेते. या संदर्भात भगतसिंगच्या बरोबरचा वार्तालाप अशा प्रकारे -

जतीनदास - तू जबरदस्ती जेवण का खातोस.

भगतसिंग- मला जेवढा विरोध करायचाय तेवढा करतो. पण जबरदस्तीने जेवण देण्यात ते यशस्वी होतात. हे सर्व २ वर्ष पण चालत राहील. माझं नाक मोठ असल्याने ते आरामात नाकातून जेवण देऊ शकतात.

जतीनदासचे नाक एखाद्या पक्षाप्रमाणे छोट होत. त्या द्वारे औषध घेण्यास नकार दिल्यावर ऑगस्ट १९२९ मध्ये डॉ.गोपीचंद भार्गव (जे नंतर पंजाबचे मुख्यमंत्री झाले.) तुरूंगात सत्याग्रहींना भेटण्यास आले. त्यांनी जतीनदासना विचारले की,तुम्ही औषधपाणी का घेत नाही.

''मला मरायचे आहे.''

''कां?''

''आपल्या देशाकरता आणि राजनितीक अभियुक्तांच्या अवस्था सुधारण्यासाठी.''

६ व ९ ऑगस्ट १९२९ रोजी पंजाब सरकारनी राजनितीक कैद्यांना काही सवलती देण्याची घोषणा केली. त्यानुसार त्यांच्या करिता काही विशेष प्रकारचे जेवण देण्याचा स्विकार केला. बाहेरून जेवण वगैरे मागवायची सुविधा दिली. तसच सामान्य नागरिकांप्रमाणे कपडे घालण्याची अनुमती दिली. ह्या मागण्यांनी सत्याग्रहींच्या सर्व मागण्या पूर्ण होणार नव्हत्या. सत्याग्रह चालतच राहिला.

जतीनदासची परिस्थिती पाहून भगतसिंग नी खूप वेळा दूध पिण्याचा दबाव टाकला पण जतीनदासनी तो न मानता धुडकावून लावला. तरीही भगतसिंगनी सारख सारख विचरून भंडावून डसोडलं. त्यावेळी ते एवढ्यावरच कबूल झाले की, भगतसिंग त्यांना दूध किंवा ताकदीचे औषध घ्यायला नाही सांगणार . फक्त औषध घेईन, आणि औषध सुध्दा डॉक्टर गोपीचंद भार्गवच देतील. त्यावेळी डॉक्टर गोपीचंद भार्गवम्हणाले-मी तुला रोज औषध द्यायला येईन मी मेजर चोपडा(सुपरिटेंडेंट तुरूंग) यांना भेटून त्याची व्यवस्था करीन.

पण दुसऱ्याच दिवशी जतीनदास नी आपला विचार बदलला.औषध घेण्यास पण नकार दिला. डॉ. गोपीचंद भार्गव नी पाण्यात अंड्याचा पिवळा बलक व ग्लुकोज एकत्र करून चोरून पिण्यास दिले.

एक दिवस २१ ऑगस्ट १९२९ रोजी डॉ. गोपीचंद भार्गव,राजर्षि पुरूषोत्तमदास टंडन च्या बरोबर जतीनदास ना भेटायला गेले. टंडनजी जतीनदासांना म्हणाले आपण जीवंत राहण्यासाठी म्हणजे माझं म्हणण आहे आपण आपल जीवन अधिकज्जगण्याचा प्रयत्न केला पाहिजे.

दासने सांगितले – मी जिवंत आहे.

टंडन– आपण औषध आणि खुराक वगैरे घेतल्याशिवाय कसे राहू शकता.

दास– माझ्या इच्छाशक्तिच्या जोरावर.

डॉ.भार्गव–मला नाही वाटत की आपण असं करू शकता. मी आपल्याला आपल्या ध्येयापासून बाजुला करण्याची गोष्ट करत नाही. आपण अन्न सत्याग्रह सोडू नका पण जीवनात खूप दूरपर्यंत जाण्यासाठी काही औषध वगैरे आवश्य घ्यायला हवी. जवळ जवळ १५ दिवस आपल्या दु:खाचा परिणाम जाणून घेण्यासाठी आवश्य जिवंत रहा. आणि जर त्यावेळी आपल्या मागण्या मान्य झाल्या नाहीत तर आपण औषध घेण्याचे भले बंद करा.

दास–माझा सरकारवर अजिबात विश्वास नाही. मी आता मागे हटणार नाही.मी माझ्या इच्छाशक्तीच्या जोरावर अगदी जिवंत राहीन.

३० ऑगस्ट १९२९ ला भगतसिंगचे वडील सरदार किशनसिंग जतीनदास ना भेटायला आले त्यांनी पण जतीनदासांचे मन वळवण्याचा खूप प्रयत्न केला, तरी त्यांना पण सफलता मिळाली नाही. जतीनदासांच्या अन्न त्यागाच्या ५२ व्या दिवशी पंडित मोतीलाल नी त्यांच्या करूणाजनक स्थितीवर जे भाषण केल त्यावरून आजच्या परिस्थितीचे चांगले चित्रण झाले.

लाहोर तुरूंगात

आज अन्नत्याग सत्याग्रहाचा ५२ वा दिवस आहे. आणि हा अन्नत्याग एक सार्वजनिक उद्देशांनी केला गेला आहे. त्यांनी त्यांच्या लाभासाठी नाही. श्री विद्यार्थिनी स्वत: अन्न त्याग करणाऱ्यांच्या शरीरावरच्या जखमा आणि वण पाहिले आहेत. जे त्यांना जबरदस्तीने भोजन देताना झाल्या आहेत.

पंडित जवाहरलाल नेहरूसुद्धा अन्नत्याग करणाऱ्यांना भेटायला गेले होते.त्यावेळी जतीनदासांची भेट घेतल्यावर त्यांच्या विषयी त्यांनी हे वक्तव्य केल−

जतीनदास यांची तब्बेत फारच नाजूक आहे;ते अतिशय हळू बोलतात. ते निश्चितपणे हळू हळू मरणाकडे जात आहेत. अशा बहादूरांच्या त्रासाला पाहून मला फार दु:ख झाले. त्यांना एवढेच वाटत होते की राजनितिक कैद्यांना राजनितिक कैद्यांप्रमाणे वागणूक मिळावी.मला पूर्ण विश्वास आहे की, त्यांचं आत्मबलीदान सफल होईल.

अन्न त्यागाचे कारण देत लाहोर कांडचा खटला खूप वेळा मध्येच थांबवावा लागला. डॉक्टरी अहवालानुसार जतीनदास केवळ एक बुडबुडा घेऊ शकला असता. शरीराचे प्रत्येक अंग सुन्न पडत होते. ते आपल शरीर खालच्या बाजूने पण उचलू शकत नव्हते. त्यांची प्रकृती अत्यंत गंभीर झाली होती.ह्या अन्नत्यागाच्या सहानुभूतीने साऱ्या देशात एक सांकेतिक अन्न त्याग केला गेला. त्यावेळी सरकारने आपली हार स्विकारली. तसेच २ सप्टेंबर १९२९ ला पंजाब तुरूंग चौकशीची स्थापना केली. ह्या समितीचे चार सदस्य तुरूंगातील अन्न त्याग करणाऱ्यांना भेटले. त्यांना अन्न त्याग थांबविण्याची विनंती केली.शेवटी २ सप्टेंबर १९२९ ला जतीनदास व्यतिरिक्त इतर सर्वांनी अन्न त्याग थांबवला. ह्या दिवसात भगतसिंग व बटुकेश्वर दत्त यांना ८१ दिवस व इतरांना ५१ दिवस अन्न त्यागाला झाले. जतीनदास यांची प्रकृती अतिशय दयनीय झाली. तरीही अन्य साथीदारांनी सरकार हार मानून झुकले असले तरी ही ते आपलीच हार असल्याचे मानत होते. आपला एक साथीदार मृत्यूच्या छायेत असताना आपण अन्न त्याग थांबवावा हे त्यांना उचित वाटत नव्हते. हे त्यांच्या आत्म्याला पटत नव्हते. म्हणून भगतसिंग,बटुकेश्वर दत्त व इतर तीन साथीदारांनी फक्त २ दिवसानंतर ४ सप्टेंबर १९२९ रोजी जतीन दास यांची बिनशर्त सुटका त्याचबरोबर ज्यांच्यावर अजून आरोप सिद्ध झाले नाहीत त्या कैद्यांना आपआपसात भेटण्यास मिळावे ही मागणी घेऊन परत अन्न त्याग आरंभ केला.

जतीनदास यांची बिनशर्त सुटका सरकारनी स्विकारली नाही. जामीनावर

सुटका करण्यास सरकार तयार होते. ती गोष्ट जतीनदासनी मानली नाही. डॉक्टरांच्या अहवालानुसार जतीनदास काही दिवसांचेच पाहुणे राहिले आहेत.त्यांची हालत अशी होती...

.४ सप्टेंबर १९२९ - नाडी कमजोर ,हळू,आणि कमी

९ सप्टेंबर १९२९ - नाडी जलद पण थांबत थांबत चालू.

१२ सप्टेंबर १९२९ एक वेळा कमी झाली,थांबत थांबत चालू आहे तरी औषध घेण्यास नकार

तुरूंग समितीने त्यांच्या प्रकृतीकडे पाहून जतीनदासची सुटका करण्याची शिफारस केली पण सरकारने त्या गोष्टीकडे कानाडोळा केला. गृह विभागाच्या अंदाजानुसार जतीनदास आठवड्यात मरण पावतील. तेव्हा त्यांच्या अंतिम संस्कारा बाबत विचार जाणून घेण्याबाबत बंगाल सरकारला पत्र पण पाठवून दिले. बंगाल सरकारची इच्छा होती की, त्यांचे शव त्यांच्या नातेवाईकांना सुद्धा मिळू नये आणि त्यांना बंगालला पण पाठवू नये. त्यांचे अंत्य संस्कार लाहोरातच व्हावेत. पण भारत सरकारने त्यांची ही गोष्ट मान्य केली नाही. आणि त्यांचे शव आगगाडीने बंगालला पाठवण्याचे निश्चित केले. परंतु रेल्वे विभागाने आपल्या नियमांचा हवाला देऊन त्यांची असमर्थता दाखविली.

शेवटी आपल्या डट्टाचा धनी , एक वेगळा देशभक्त तसाच ह्या मातृभूमीचा एका वेगळ्याच सुपुत्राला दि. १३ सप्टेंबर १९२९ रोजी काळाने आपल्या क्रूर मिठीत घेतले. त्यांची ही बातमी जंगलात लागणाऱ्या वणव्या प्रमाणे साऱ्या भारतात पसरली. डॉ. किचलू,सरदार किशनसिंग व अन्य काँग्रसी नेते तुरूंगाकडे धावत सुटले. चारी दिशा ''जतीनदास झिंदाबाद '' ''इन्कलाब झिंदाबाद ''व ''नोकरशाहीचा नाश हो'' ''साम्राज्यवाद मुर्दाबाद '' अशा घोषणंनी सारा आसंमत दुमदुमून गेला. शेवटी शवाच विच्छेदन पण केल नाही.सिव्हिल सर्जन नी तुरूंगाचा अहवाल पाहून प्रमाण पत्र दिल की त्यांचा मृत्यू अन्नत्याग केला म्हणूनच झाला तर आता त्यांच्या शव विच्छेदनाची जरूरी नाही. ह्यापेक्षा अधिक असा कायद्याचा अपमान तो काय असावा.

सारा देश शोकाकूल झाला होता. देशवासियांच्या डोळ्यातील पाणी घळाघळा वाहात होते. प्रत्येक भारतीयाच्या काळजाचा वेदनांनी कहर केला. भगतसिंग आणि त्यांच्या साथीदारांच्या ही काळजाच्या वेदनांचा कहर झाला होता.

साऱ्या देशात ब्रिटीश सरकारच्या विरोधात एक भयंकर तुफानाचे काहूर उठले. ब्रिटीश साम्राज्याचे सिंहासन डळमळू लागले. नेताजी सुभाषचंदअ बोस यांनी जतीनदासांच्या मृत शरीराला लाहोर हून कलकत्त्याला आणण्यासाठी त्यांच्या भावाकडे के.सी.दास करीता ६०० रू. पाठवले. त्यांचे पार्थिव के.सी. दास यांना सुपूर्द करण्यात आले. बोस्टल तुरूंगापासून त्यांच्या पार्थिव देहाच्या मिरवणूकीत सर्वात पुढे डॉ.गोपीचंद भार्गव,डॉ.किचलू, सरदार किशनसिंग, शर्दूल सिंह अशा सुप्रसिद्ध व्यक्ती होत्या. मागोमाग हजारो लोक पार्थिवा समवेत मार्गक्रमण करीत होते. शवयात्रा लिटन रोड, अनारकली,लाहोर गेट, पापडमंडी,माछीहाता,रंगमहाल, डब्बी बाजारातून पुरानी कोतवाली वरून रात्री ८.३० वाजता. दिल्ली दरवाज्यात आली. त्यानंतर त्याच ठिकाणी त्या शव यात्रेचे शोकसभेत रूपांतर झाले. त्या आयोजनाची अध्यक्षता श्री. महंमद आलम यांची होती. त्यात जतिनदास यांच्या स्वर्गीय आत्म्याला श्रद्धांजली वाहण्यात आली. नंतर त्यांचे शव नौलखा पोलीस ठाणे,शहीद गंज येथे आणऱ्यात आले. नंतर कफन वगैरे घालून लाहोर स्थानकात आणले. येथे लाखो लोकांनी आपल्या दिवंगत आत्म्याला भावपूर्ण श्रद्धांजल्या वाहिल्या. नंतर १४ सप्टेंबर १९२९ ला सकाळी ६ वाजता लाहोर एक्सप्रेसने त्यांचे पार्थिव शरीर कलकत्त्याला आणण्यात आले. दुसऱ्या दिवशी १५ सप्टेंबर १९२९ ला संध्या.७.५० ला हावडा स्टेशनवर पोहोचले. आपल्या प्रिय क्रांतीकारकाचे अंतिम दर्शन घेण्यासाठी लाखो लोक स्टेशनच्या आत-बाहेर वाट पहात होते. वैकुंठ घाटापर्यंत शव यात्रेत ६ लाख लोक उपस्थित होते.

जतिनदासच्या ह्या हौतात्म्यामुळे साऱ्या देशात एक असंतोषाची प्रचंड लाट आली. ब्रिटीशांच्या या काळ्या करामती विरोधात जागोजागी सभा भरू लागल्या. लोक जतिनदासांना श्रद्धांजली वाहात होते. त्याच सर्वात जास्त दु:ख भगतसिंगला झाल. त्यानीच त्यांना कलकत्त्याहून पंजाबला आणल. जतिनदासांवर एक कविता लिहिली होती ती ते साथीदारांना ऐकवत असत.

कैद्यांच्या प्रति ब्रिटीश सरकारच्या दर्व्यवहाराचे आणि जतिनदास यांच्या हौतात्म्याकडे लक्ष केंद्रित करून १४ सप्टेंबर १९२९ ला विधानसभेत एक स्थगन प्रस्ताव ठेवला गेला. त्यात पंडीत मोतीलाल नेहरूंनी सांगितले की, सरकारमध्ये मानवतावादी तत्वांचा पूर्णपणे अभाव आहे. ह्याच विषयावर बोलताना पंडीत मदन मोहन मालवीययांनी भगतसिंगांच्या कार्याची प्रशंसा केली. त्याच प्रस्तावाच्या

अनुषंगाने समर्थन देताना विधानसभेचे एक सदस्य श्री. अमरनाथ दत्त म्हणाले. ''ब्रिटीशांचा नाश होईल'' ही गोष्ट हुतात्म्यांच्या रक्ताने लिहिली जाईल. निराशा तसेच घृणा संपून जातील. आपल्या भाषणाच्या शेवटी रविंद्रनाथ टागोरांच्या कवितेतील ओळ म्हटली.

'' बोझा तोर भारी होले,डूब तारी खान ''

अर्थ: तुझ्या पापाचा भार एवढा होईल, कि तुझे जहाज बुडून जाईल''

केंद्रिय संसद भवनात जान मुहंमद अली जिन्ना यांनी ही श्रद्धांजली वाहिली. त्या वेळी विधीमंडळ सदस्य सर बी. एल.मित्तल ना संबोधित करत ते म्हणाले.

ते हळू हळू तीळ तीळ खंगत होते. एका हाताला जेवण्याच्या कमतरतेने लकवा मारला होता. दुसरा हात पण पोषण कमी झाल्यामुळे बेकार झाला . प्रथम एक पाय कामातून गेला नंतर दुसरा. जशी मनुष्याला दृष्टी असते ती ही शेवटी गेली. त्यांच्या त्या डोळ्याची चमक हळू हळू विझायला लागली.

आपल्या देशातील राष्ट्रप्रेमी वृत्तपत्रांनी संपादकीय स्तंभातून जतिनदास यांना शोकाकूल वातावरणात श्रद्धांजली अर्पण केली व त्याचवेळी त्यांना एक सच्च्या ''देशभक्त व शूरवीर शहीद'' संबोधले. लाहोर मधून दैनिक ट्रिब्यूनच्या संपादकीय स्तंभ प्रकाशित केला त्या ते लिहितात...

''जर कोणी आपल्या आंनर्शासाठी शूरवीर शहीद हुतात्मा'' झाला तर ती व्यक्ती म्हणजे जतिंद्रनाथ दास हे होत. एका हुतात्म्याच रक्त साऱ्या निढीला आणि देशात उत्तम जीवनाचे बीज सिद्ध झाले आहे ज्यांनी सामाजिक आणि राजनितीक स्थितीला सुधारले.

जतिनदास ना लाहोर षड्यंत्रातील खटल्या संदर्भात पकडले होते. या खटल्यात सरकारला परामर्श व सल्ला देणाऱ्या सरकार सल्लागारांनी सुद्धा जतिनदास ना श्रद्धांजली वाहीली.

जतिनदासांच्या मृत्यूनंतर २४ सप्टेंबर १९२९ ला न्यायालयात पहिल्यांदा सुनावणी झाली. त्यावेळी न्यायालयात त्यांनी सांगितले

''न्यायालयाचा मान राखून व आज्ञा घेऊन माझ्या व माझ्या सहयोग्यांकडून झालेल्या दु:खद घटनेबाबत श्रद्धेचे काही म्हणतो. जे न्यायालयाच्या मागील बैठकीत घडल. मी सगळ्यांच्या वतीने जतीनदासांच्या मृत्यूवर सद्भावनापूर्वक शोक प्रकट करण्याची इच्छा बाळगतो. त्या व्यक्तित्वात अशी एक गोष्ट होती. त्यांची वाखाणणी केल्याशिवाय राहू शकत नाही. ती म्हणजे आपल्या आदर्शासाठी साहस पण स्थिर

राहणे जरी आपण त्यांनी अंगिकारलेल्या विचारांचे भागीदार बनू शकत नव्हतो. पण आपण त्यांचे दृढ साहस, उद्देशपूर्तीची स्थिरतेचा मान राखून त्यांची प्रशंसा करतो.

भगतसिंहनी स्थापन केलेल्या भारतीय नौजवान सभेत २६ व २७ सप्टेंबर ला लाहोर मध्ये अखिल भारतीय नौजवान सभा झाली. त्यावेळी त्या सभेची अध्यक्षता कॉमरेड सुहासिनी नांबियार यांनी केली. त्यात खालील ठराव पारित केला.

ही सभा शहीद जतिनदासांच्या आत्म बलीदानासाठी श्रद्धांजली अर्पण करीत आहे. आणि त्याची उत्तरदायित्वाची जबाबदारी सरकारवर टाकत आहे.

आयर्लंड मध्ये ही त्याच प्रकारे श्री. टेरेस मॅक्स्वीनेह सुद्धा आपल्या मातृभूमीसाठी शहीद झाले होते. जतीनदासांच्या परिवाराला आपल्या संवेदना संदेशाची तार पाठवली. ती अशा प्रकारे होती...

''टेरेस मॅक्स्वीनेहाचा परिवार मृत्यूवर देशभक्त भारतवासी यांच्या दुःखात व गर्वात सदैव बरोबर राहील.स्वतंत्रता येईल.

जतीनदासांच्या मृत्यूने सारा देश शोकसागरात बुडाला असताना दुसऱ्या बाजूला पंजाबच्या गव्हर्नरनी आपल्या कपटीपणाची सीमा ओलांडली दासांचा मृत्यू १३ सप्टेंबरला दुपारी १.१५ मि. झाला. त्यावेळी पंजाब गव्हर्नर सिमल्याहून परत आल्यावर आपल्या गार्डन मध्ये समारंभ आयोजित केला. सर्व भारतीय सदस्यांना आमंत्रित केले पण त्यांनी त्याचा स्विकार केला नाही. या अशा नीच वृत्तीच्या व्यवहाराला काय म्हणावे. ज्यावेळी रोम जळत होते त्यावेळी नीरो बासरी वाजवत होता.

आता साऱ्या देशवासियांची एकच इच्छा होती की, लवकरात लवकर अन्नत्याग सत्याग्रह समाप्त व्हावा. जनता आणि सारे नेते आपापल्या परीने तो समाप्त करण्याचा प्रयत्न करत होते.

सरकारने स्थापन केलेल्या तुरूंग सुधार समितीने आपल्या शिफारशी सरकारला पाठवून दिल्या . भगतसिंग समजून गेले की जास्तीत जास्त मागण्या मान्य केल्या जातील यावेळी आता इतकच खूप आहे अस त्यांनी आपल्या साथीदारांना सांगितले.आता सरकार कोणत्या मागण्यांवर काय करत ते पाहायचं आहे. व -व आपला अन्नतत्याग सत्याग्रह समाप्त करण्यास कबूल झाले.तुरूंग अधिकाऱ्यांना जरा हायसे वाटले. सर्वांना फळाचा रस तयार केला. पण भगतसिंहांना हाळ व चपातीवर अन्नत्याग समाप्त करायचा होता. त्यावेळी डॉक्टरांनी समजावले की,

इतके दिवस उपाशी राहिल्याने रिकाम्या पोटी डाळ व चपाती खाणे चांगले नाही.तरीपण क्रांतीकारी आपली जिद्द सोडायला तयार नव्हते म्हऊन तुरूंग अधिकाऱ्यांना त्यांचच म्हणणं मानाव लागल. शेवटी १५ ऑक्टोबर १९२९ ला " अन्नत्याग सत्याग्रह"संपुष्टात आला.

सरकार चौकशी समितीच्या शिफारशी लागू करण्यास टाळाटाळ करत होते. त्यावेळी भगतसिंह नी त्यांच्या या कार्यावर प्रखर विरोध केला. आणि त्यांनी विशेष न्यायाधीशा मार्फत भारत सरकारला एक तार पाठवली त्यात सरकारला धमकी दिली की, ते शिफारशीपासून लांब जात आहेत. तरी त्यांनी अंतिम निर्णयासाठी आठवड्याची मुदत देण्यात आली. भगतसिंह मागे हटणाऱ्यातील नाही म्हणून त्यांनी स्वत: २० जानेवारी १९३० रोजी एक वेगळे प्रार्थनापत्र गृहमंत्री भारत सरकारला पाठवले.

आम्ही आमचा अन्न त्याग सत्याग्रह तुरूंग समितीला हा विश्वास देण्यासाठी संपुष्टात आणला की राजनितीक कैद्यांच्या बरोबरच्या व्यवहाराचा प्रश्न आमच्या संतुष्टी अनुसार लवकर आणि अंतिम टप्प्यावर सोडवला जात आहे. अखिल भारतीय काँग्रेस कमिटीचा अन्न त्याग सत्याग्रहाच्या प्रस्तावाच्या प्रती तुरूंग अधिकाऱ्यांनी राखून ठेवल्या. काँग्रेसला कैद्यांना भेटण्याची अनुमती नाकारण्यात आली. षड्यंत्र खटल्याच्या (अंडर ट्रायल) संबंधीत व्यक्तिंना उच्च पोलीस अधिकाऱ्यांच्या आज्ञेवरून २३-२४ ऑक्टोबरला निर्दयता पूर्वक मार देण्यात आला.

भगतसिंग, दत्त व इतर यांचे हे पत्र सरकारकडे पोहोचले पण त्यांना अस वाटलं की बाहेरील राजनितीज्ञ च्या दबावाखाली हे पत्र पाठविले असावे. षड्यंत्र खटल्याच्या बंदीवानांना मारपीट च्या विषयात पण पोलीसांना निर्दोष मानण्यात आले. त्यांना जबरदस्तीने न्यायालयात आणले असा सरकारच समज झाला. त्यांना मारपीट झाली नाही. भगतसिंह आणि त्याचे साथीदार सरकारच्या या लाचार वक्तव्याने अजिबात संतुष्ट नव्हते. त्यामुळेच त्यांना व त्यांच्या साथीदारांना फेब्रुवारी १९३० मध्ये परत एकदा २ आठवड्यासाठी "अन्नत्याग सत्याग्रह"करावा लागला. तेव्हा सरकारला नाक रगडून समितीच्या मुख्य शिफारशीसाठी एक कायदा बनवावा लागला. अशाप्रकारे जतिनदासांच्या बलिदान आणि यातनांना सहन केल्यावर या सर्व सुविधा मिळाल्या.

***

(७)
लाहोर षडयंत्र केस

मागील अध्यायात आपण पाहिले की, साण्डर्स हत्याकांडाची मॅजिस्ट्रेट श्रीकृष्ण यांच्यासमोर १० जुलै ला खटल्याची सुनावणी जेल मध्येच चालली होती. त्यावेळी भगतसिंह आणि बटुकसिंह यांचा हडताल होता. या संदर्भात एकंदर २४ जण होते. ज्यात चंद्रशेखर आझाद, भगवान दास, कैलाशपती, भगवती शरण बोहरा, यशपाल व सद्‌गुरू दयाल हे सहाजण सापडले नाहीत. म्हणून फरारी घोषित करण्यात आले होते. अजय घोष, यतींद्रनाथ सान्याल, देवराज या तिघांना वेगवेगळ्या कलमाखाली सोडून देण्यात आले. आणि बाकी पंधराजणांवर दोष ठेवण्यात आला. या शिवाय अन्य सातजण सरकारी साक्षीदार झाले. ते रामशरण दास, ब्रह्मदत्त, जयगोपाल, फणींद्रनाथ घोष, मनमोहन बॅनर्जी, हंसराज बोहरा, आणि ललीतकुमार मुखर्जी हे होते. त्यातच रामशरण दास, व ब्रह्मदत्त यांच्यावर विश्वास ठेवला नाही. इतर पाच जणांना साक्षीदार म्हणून बोलावण्यात आले.

ब्रिटीश सरकारला जसा खटाला चालला पाहिजे तसाच तो चालवला जाईल असा विश्वास युवकांमध्ये होता. हे सर्व खटल्याचं नाटक करणार हे युवकांना माहीत होते म्हणून त्यांना या खटल्यात रस नव्हता. भगतसिंह आणि त्याच्या साथीदारांनी खटल्याचे काम थांबवण्यासाठी दुसराच मार्ग अवलंबला. त्यांनी कोर्टात गेल्यावर चारी दिशांना बघत 'इन्कलाब झिंदाबाद' आणि त्यानंतर 'वंदे मातरम्' गाण म्हणायला सुरुवात करून नाचत राहिले.

'सरफरोशी की तमन्ना अब हमारे दिल में है।
देखना है जोर कितना बाजू- ए-कातिल मे है।
वक्त आने दे बता देंगे तुझे ए आसमा ।
हम अभीसे क्यों बताये क्या हमारे दिलमे है ।
ऐ शहीदो मुलको मिल्लत मै तेरे उपर निसार ।
अब मेरी किस्मत की चर्चा गैर की महफिल मे है ।
सरफरोशी की तमन्ना अब हमारे दिलमे है ।

इन्कलाब झिंदाबाद ! या क्रांतीकारींच्या वर्तनावर न्यायाधीश श्रीकृष्ण वर्मा पहातच रीहले. न्यायालय लाहोरच्या मुख्य जागेवर चालू होते. न्यायालयाचे प्रवेश द्वार रस्त्यावर होते. शाळा कॉलेजची मुल वेळ मिळेल तशी न्यायालयात येत असत. न्यायालयाबाहेर लोकांचा खूप मोठा समूह जमत असे. भगतसिंगचा आवाज खूप भारदस्त होताते अशा साठी आवाज करत होते की बाहेरचे लोक पण त्यांचा आवाज ऐकू शकतील. या विरांचे राष्ट्रगीत किंवा अन्य काहीही क्रांतिकारी गाण ऐकल्यावर बाहेरील सर्वजण ते गुणगुणत . त्यावेळी ओमप्रकाश शर्मा यांच हे गीत खूप गाजल. घराघरात हे गीत गाऊ लागले.

कभी तो दिन भी आयेगा कि आजाद हम होंगे
ये अपनीही जमीं होगी ये आपना आसमा होगा।
शहीदोंकी चिताओंपर जुडेंगे हर बरस मेले
वतनपर मरनेवालोंका यही बाकी निशा होगा ।।

न्यायाधीश त्यांच्या न्यायालयात आले की राष्ट्रीय आणि क्रांतिकारी गाण्याच्या स्वरलहरी घुमून जात. एक अद्‌भूत शांतता यायची. बाकी सर्वजण गप्प होत असत.चपराशी, अन्य न्यायालयीन कर्मचारी डोक खाली टेकून बसायचे किंवा उभे राहायंचे. न्यायाधीश शीर झुकवून आपल्या खुर्चित गप्प बसत. वकील सुद्धा गप गुमान होत होते. क्रांतिकारींचे नातेवाईक न्यायालयात येत होते.त्यांचे चेहरे एकदम धरी गंभीर होत असत. भगतसिंग व त्यांचे अन्य साथी आल्याबरोबर सारे न्यायालय देशभक्तिने रंगून जाई.

१ मे १९३० पासून ऑर्डिनेन्स ३ सन १९३० लागू केला . त्या आंतरगत विशेष प्रकारचे न्यायाधिकरण स्थापन झाले. तेव्हा लाहोर खटला पण ह्याच ऑर्डिनन्सच्या अंतर्गत चालला त्यात न्यायमूर्ति जे. कोल्डास्ट्रीम अध्यक्ष होते. तसेच आगा हैदर आणि जी.सी. हिल्टन या संबंधात इतर दोन सदस्य होते.

अशा प्रकारचे मामले पहिल्या महायुद्धाच्यावेळी ट्रिब्युनलला दिले होते. येथे या दिवसात न्यायाधीशांची नेमणूक लाहोरच्या उच्च न्यायालयाच्या मुख्य न्यायाधिशांकडून केली होती. ह्या ट्रिब्युनलला काही खास उद्देशाने बनवले होते. सरकारला भिती होती की, क्रांतिकारी जाणून बुजून न्यायालयाची दिशाभूल करण्याचा प्रयत्न करत होते. म्हणून टिअब्युनलला अशा प्रकारचे विशेष अधिकार देण्यात आले. तेव्हा अशा प्रकारच्या घटनाचे काम उरकण्यात येईल. या अंतर्गत

५ मे १९३० रोजी पूंछ हाऊस लाहोर येथे घटनेची चौकशी सुरू झाली. भगतसिंगांच्या मते अशा प्रकारच्या न्यायाधिकरणाच्या घटना कायदेशीर नव्हत्या. त्यांपी या बेकायदेशीर घटना सिद्ध करण्यासाठी १५ दिवसांचा वेळ मागितला पण त्यांची ही मागणी फेटाळून लावण्यात आली. सरकारी वकील कार्डन नो नी युक्तिवाद सुरू केला. त्यात खालील गोष्टींबाबत अभियोग लावला.

१) षड्यंत्र आणि हत्या

२) डाका आणि बॉम्ब तयार करणे

३) बॉम्बचा प्रयोग करणे व ब्रिटीश साम्राज्या विरूद्ध युद्ध पुकारणे.

भगतसिंगनी वकील घेण्यास मनाई केली. परंतु कार्यवाहीवर नजर आणि न्यायालयात युक्तिवादाच्या वेळी सल्ला घेण्यासाठी लाला दुनिचंद यांचा आपला कायदेशीर सल्लागार म्हणून स्वीकार केला. १२ मे १९३० रोजी भगतसिंग व त्याच्या क्रांतिकारी साथीदारांना हातकड्या घालून न्यायालयात आणण्यात आले होते. त्यांनी त्याचा जोरदार विरोध केला. त्यावेळी पोलीसांच्या गाडीतून उतरण्यास नकार दिला. जोपर्यंत त्यांच्या हातकड्या काढून घेतल्या जात नाहीत. न्यायाधिकरणाचे अध्यक्ष जे. कोल्डस्ट्रिम यांनी पोलीसांना आदेश दिला की त्यांना जबरदस्ती गाडीतून उतरवण्यात यावे. अस करण्यावरून सर्वांनी न्यायालयाच्या कामकाजावर बहिष्कार घातला.आणि त्यांच्या कार्यवाहीत कोणताही सहभाग घेतला नाही. कार्यवाही दुपारच्या जेवणानंतर परत सुरू झाली. त्यावेळी परत पोलीसांनी त्यांना हातकड्या घालण्याचा प्रयत्न केला. यावर मारामरीची वेळ आली. भगतसिंगला चप्पल व दंडूक्यांनी मारण्याचा आदेश देण्यात आला.

त्यांना मारत असताना काही पत्रकार व लोकही उपस्थित होते. न्यायाधिकरणाचे सदस्य आगा हैदर ना या घटनेचे खूप दुःख झाले म्हणून त्यांनी न्यायालयाच्या कार्यवाहीवर आपली सही करण्यास नकार दिला. जनता ही या कार्यवाहीवर खिन्न झाली. त्यानंतर लोकांच्या दबावावर कोल्डस्ट्रीम यांना मोठ्या रजेवर पाठविले.

२१ जून १९३० ला दुसरे विशेष न्यायाधिकरण बनवले. त्यात पहिले कोल्डस्ट्रीम व आगा हैदरला बदलण्यात आले. त्यांच्या जागी जस्टीस जे. के. कैप व जस्टीस अब्दुल कादीर या दोन सदस्यांची नियुक्ती केली. पहिल्यातील सदस्य जी.सी.हिल्टन आपल्या पहिल्याच पदी राहीले.

भगतसिंहला मारले हे न्यायालयाने अनुशासनाची कार्यवाही असल्याचे म्हटले. न्यायालयाच्या या असल्या जंगली कारभाराची सर्वत्र निंदा करण्यात आली.ही बातमी साऱ्या जगात पसरली. जपान, पोलंड, कॅनडा तसेच दक्षिण आफ्रिकेतून ह्या क्रांतिकाऱ्यांसाठी आर्थिक मदतीचा ओघ सुरू झाला. या कार्यवाही विरोधात संपूर्ण देशात भगतसिंग दिवस मानला गेला. पंडित मोतीलाल नेहरू, पंडित जवाहरलाल नेहरू,रफी अहमद किडवाई, सुभाषचंद्र बोस,बाबा गुरूदत्त सिंग, कलाकांकर, के.राजा,मोहनलाल सक्सेना व नरीमन इत्यादी स्वातंत्र्य सैनिक क्रांतिकाऱ्यांना भेटायला तुरूंगाकडे पोहोचले.

या क्रांतिकाऱ्यात यतींद्रनाथ सन्याल ही होते. ते आपली आणि महावीर सिंग, बटुकेश्वर दत्त,डॉ. गया प्रसाद निगम व कुंदनलाल यांच्या तर्फे न्यायालयाला काही सांगण्यासाठी उभे राहिले. त्यांनी त्यांचं भाषण वाचायला सुरूवात केली. ह्यात ब्रिटीश सरकारची निंदा केली होती. त्याचं भाषण पूर्णपणे ऐकू दिलं गेलं नाही. त्याचप्रमाणे त्यांच्या भाषणाची प्रत हातातून खेचून घेण्यात आली. भाषणाच्या शेवटच्या ओळीनी त्यांनी न्यायालयाचा लक्ष वेधण्याचा प्रयत्न केला. त्या ओळी खालीलप्रमाणे आहेत. 'खोटा आणि कपटी दिखाव्यासाठी आम्ही मानत नाही. ह्यानंतरही न्यायालयाच्या कार्यवाहीत आम्ही भाग घेणार नाही. ह्या खटल्यात न्यायालयीन कार्यवाही आणि क्रांतिकारकांबरोबरचा तुरुंगातील व्यवहार हा असंतोषजनक होता.

११ फेब्रुवारी ला भगतसिंगांनी आपल्या व बटुकेश्वरच्या वतीने न्यायाधिशांना एक पत्र लिहिले.

आमचे दुसरे साथीदार संशयित हिंदुस्थानातील वेगवेगळे व दूरदूरच्या राज्यातील आहेत. तेव्हा त्यांना त्यांच्या ओळखीच्यांना भेटण्यास परवानगी आणि सुविधा मिळावी. बटुकेश्वर दत्त आणि कमलनाथ तिवारींनी कुमारी लज्जावतीशी भेट व्हावी अशी इच्छा प्रकट केली.परंतु ते दोघांचे नातेवाईक नाही किंवा वकीलही नाही या कारणासाठी भेटण्याची सुविधा देता येणार नाही. असे सांगितले. पण नंतर त्या दोघांचा मुखत्यारनामा घेतल्यावरही त्यांना भेटण्यास दिले नाही. यावरून असच स्पष्ट होत की, संशयीत किंवा आरोपींना आपले म्हणणे मांडायला संपूर्ण सुविधा मिळत नव्हती.त्याचबरोबर कान्तिकुमार जे आमच्या बचावासाठी चांगले उपयोगी काम करत आहेत. त्यांना एका खोट्या खटल्यात तुरूंगात टाकल होत.

(त्यांनी म्हणे चटणीमध्ये बंदुकीच्या गोळ्या आणल्या.) एवढेच नाहीतर त्यांच्यावर एक खोटा आरोप करून खटला भरता आला नाही. तेंव्हा गुरूदासपुरात त्यांच्या विरूद्ध १२४ अ कलमाखाली एक खटला उभा केला.

मी स्वत: पूर्ण वेळासाठी वकील ठेवू शकत नव्हतो. आणि माझी इच्छा होती की, माझी माणसं न्यायालयात असावीत. पण कोणतेही कारण न देता लाला अमरदास यांना वकीलपत्र देण्यात आल. न्यायाच्या नावाखाली नाटकाचा खेळच आम्ही कदापि पसंत करणार नाही. कारण यात आम्हाला आमची बाजू मांडण्याची सुविधा आणि लाग मिळत नाही.

आणखी एक मोठी तक्रार आहे की, आम्हाला वर्तमानपत्र पोहोचवल जात नाही. तुरूंगात शिक्षा भोगत असलेल्या कैद्यांप्रमाणे आमच्याशी व्यवहार करू शकत नाही. इंग्रजी न जाणणाऱ्यांसाठी आम्हाला एक हिन्दी पाहिजे. याचा विरोध करण्यासाठी आम्ही ट्रिब्यून पण परत करीत आहोत. ह्याच कारणासाठी आम्ही२९ जानेवारी १९३० रोजी आम्ही न्यायालयात जाण्याची घोषणा केली. या सुविधा दूर झाल्यावर आमची न्यायालयात येण्याची काही हरकत नाही.

यावरून एक स्पष्ट होते की भगतसिंग या समस्त कारवार्धला ब्रिटीशांचा एक दिखावा असल्याचे म्हणतात. कायदा आणि घटनेच्या सर्वांनी भगतसिंग यांच्या खटल्याला एक नाटक मानल आहे. ज्याला न्यायाच पांघरूण घातल गेल. त्यामुळे भगतसिंगांनी हा विचार आपल्या डोक्यातून काढून टाकत आपल मन पुस्तक वाचण्यात घातल. पुस्तक वाचण ही त्यांची पहिल्यापासूनची आवड होती. ते एवढ लवकर पुस्तक वाचून संपवायचे की तुरूंगअधिकाऱ्यांना पुस्तक मिळवायचा. आणि त्यावर नजर ठेवायला नाकी नऊ येत होती. त्यामुळेच तुरूंगातील त्यांचे सहकारी त्यांना पुस्तकातील किडा समजायचे. त्यांनी तुरूंगातून २४ जुलै १९३० ला जयदेव गुप्त यांच्या नावे एक पत्र लिहीले. त्यात त्यांनी श्री गुप्त यांना (भगतसिंग चा छोटा भाऊ कुलवीर सिंग च्या हस्ते खालील पुस्तके पाठविण्याची विनंती.

१) मिलिट्रीरिजम

२) व्हा मेन व्हाईट

३) सोविएट अॅट वर्क

४) कोलेप्स ऑप सेकंड इंटरनॅशनल

५) लेफ्ट विंग कम्युनिकेशन

६) म्युचुअल ऐंड
७) फिल्ड फॅक्टरी अँड वर्कशॉप
८) सिवील वॅार इन फ्रान्स
९) लँड रिव्होल्युशन इन इंडिया
१०) थियरी ऑफ हिस्टॉरिकल मिलिट्रीरिजम
११) पिजेंट इन प्रॉस्पॅरिटी अँड डिबेट

या पुस्तकांच्या अध्ययनावरून अस समजत की भगतसिंग कार्ल मार्क्स व रशियन क्रांती नी जास्त प्रभावीत झाले अध्ययनाच्या प्रेमाचा प्रभाव त्यांच्यावर एवढा होता की, फासावर चढऱ्या अगोदर काही मिनिट ते पुस्तक वाचत होते. त्यांना असं विचारण्यात आलं की काय तुम्ही खरच पुस्तक वाचत होतात का? माझ्यासाठी त्यांना शोधण फार कठीण होत. त्यावर भगतसिंग म्हणाले मी त्यांना वाचतो व कोणत्याही पुस्तकातील आणि कोणत्याही प्रकरणातील कोणताही प्रश्न विचारा मी तुम्हाला सांगेन की ते कोणत्या ठिकाणी लिहिल आहे.

भगतसिंगांना मुक्त करण्याचा आजाद यांचा प्रयत्न :

ज्यावेळी भगतसिंगांवर खटला चालू होता. त्यावेळी "हिंदुस्थान समाजवादी गणतंत्र संघा"ची बैठक चालू होती. त्यात क्रांतिकार्याच काम अधिक जोमाने करण्यासाठी व भगतसिंगांना तुरूंगातून बाहेर काढण्याचा निश्चय करण्यात आला. १९३० मध्ये व्हॉईसरॉय ला घेऊन जाणाऱ्या आगगाडीला दिल्ली स्थानकावर उडवून देण्याचा प्रयत्न केला गेला. आगगाडीच्या ८ व ९ नंबरच्या डब्यांच नुकसान झालं. पण व्हॉईसरॉय जखमी होण्यातून वाचले. त्यानंतर ज्या वेळी पोलीसांच्या गाडीत भगतसिंग व बटुकेश्वर -दत्त बसायला जातील त्यावेळी हल्ला करायचा ही योजना १९३० मध्ये झाली.या योजनेचा अभ्यास करण्यासाठी क्रांतिकारी २८ मे रोजी रावी नदीकाठी जमले. त्या ठिकाणी गोळा बारूदचे परिक्षण केले. परंतु हे परिक्षण दुर्भाग्य पूर्ण झाले. कारण गोळा बारूद एकाएकी भगवती चरण बोहरा यांच्या एकदम जवळ फुटला. त्यात त्यांचा मृत्यू झाला. आपल्या साथीदाराच्या मृत्यूने ही चंद्रशेखर आजाद हिम्मत हरले नाहीत. त्यांनी भगतसिंगला मुक्त करण्याचा विडा उचलला होता. योजनेप्रमाणे ते जून १९३० मध्ये लाहोरला गेले. आणि २३ तारखेला सेंट्रल जेल च्या जवळ पोचून संधीची वाट पहात राहिले. पहिल्यांदा पोलीसची गाडी दरवाज्यापासून काही अंतरावर उभी राहायची त्यात कैद्यांना बसायचे असते. पण त्या दिवशी पोलीसची गाडी अगदी दरवाज्याजवळ थांबली. त्यामुळे

त्यांची योजना तशीच्या तशी राहून गेली.

चंद्रशेखर आजाद पंडित मोतीलाल नेहरूंना सरकारच्या डोळ्यात धूळ फेकून भेटत होते. हे सांगणे अनुचित होणार नाही. त्या आधी साण्डर्सची हत्या झाल्यावर भगतसिंग लाहोरहून पळाले होते. त्यावेळी ते पंडित मोतीलाल नेहरूंना भेटत असत. त्यावेळी त्यांनी भगतसिंगला आर्थिक मदत केली असावी.

ह्या खटल्याला भगतसिंग देशाच्या स्वातंत्रतयासाठी आपले विचार पसरविण्याचे साधन मानत होते. त्यात त्यांना अधिक असे काही नाही आणि ब्रिटीश सरकार कडून न्याय मिळेल ह्याची ही आशा नव्हती म्हणून त्यांनी त्यात काहीही युक्तिवाद केला नाही. न्यायालयाचे कामकाज साधारणपणे ३ महिने चालू होते. २६ ऑगस्ट १९३० ला न्यायालयाचे काम जवळ जवळ पूर्ण झालकेवळ कागदी घोडे पुढे धावत होते. आभियुक्तांना दुसऱ्या दिवशी सांगण्यात आल कि आपल काही म्हणणे असल्यास ते सांगू शकतात. पाहिजे तर तर ते वकील पण ठेवू शकतात. आणि आपले साक्षीदार पण देऊ शकतात. परंतु त्यांनी ते सर्व फेटाळून टाकले. ते समजून चुकले होते की सगळ करणं हे न करण्यासारखच आहे. एखादे वेळेस ट्रिब्यूनल आपला निकाल देण्याच्या तयारीत असावा. भगतसिंग नी आपला भाऊ कुलवीरसिंग यांना एक पत्र लिहिले.

प्रिय भाऊकुलवीरजी सत् श्री अकाल

आपल्याला ठाऊक असेलच बमुजिब अहकाम अफसराना वाली माझ्या भेटी कमी करण्यात आल्या. आत मधील परिस्थितीवरून सध्यातरी गाठीभेटी होणार नाहीत. आणि मला अस वाटत की, निकाल आता जवळ आलाय.आणि तो लवकरच लागेल. ह्या नंतर काही दिवसात दुसऱ्या तुरूंगात रवानगी होईल. त्यासाठी कधीतरी तुरूंगात येऊन माझी कुतुब व पारचात व दिगर आशिया घेऊन जा. मी भांडी, कपडे,कुतुब दिगर,काही कागद डेप्युटी सुपरिण्टेण्डेंट यांच्या ऑफिसात ठेवून देईन ते येऊन घेऊन जा. ना जाणो मला राहून राहून सारख वाटतय की ह्या आठवड्यात किंवा ह्या महिन्यात माझा निकाल आणि चलन होईल. या परिस्थितीत आता दुसऱ्या तुरूंगात भेट झाली तर झाली याची खात्री नाही देता येत.

वकीलाला पाठवलस तर पाठव मी प्रिवी कौन्सिलच्या बाबत एक गोष्ट सांगतो,की आईसाहेबांना आश्वासीत करा व त्यांना सांगा काही चिंता करू नका.

आपला बंधू

भगतसिंग.

भगतसिंह व त्यांच्या साथिदारांना ज्यांना फाशी द्यायचीय त्या खोलीत ठेवण्यात आले. त्यांना साधारण कैद्यांना भेटण्याची अनुमती देण्यात आली नाही. पंडीत मोतीलाल नेहरूंना भगतसिंगाबद्दल अपार प्रेमहोते. ते त्यावेळी अतिशय आजारी होते. त्यांनी भगतसिंगला भेटण्यासाठी एक माणूस पाठवला. त्यांनी त्याच्याबरोबर सांगावा सांगितला, की रस्त्यात काही अडथळा आणू नये. त्यासाठी त्यांना वेळ पाहिजे होता. ते समजत होते, की ज्या गोष्टी सामोपचाराने चालू आहेत त्यात भगतसिंगच जीवन वाचू शकेल. पण भगतसिंग ह्या गोष्टीला दुसऱ्या वेगळ्या नजरेने पाहात होते. ते समजून चुकले की, आपल्याला फाशी झाली तर ते देशाच्या हीताचे आहे. देशवासियांना एक धडा मिळेल ज्यामुळे लोक स्वातंत्र्यासाठी अधिक प्रयत्न करतील. सरकार एका बाजूने काँग्रसच्या बरोबर हातमिळवणीसाठी पुढे येत होती. तर दुसऱ्या बाजूला क्रांतिकाऱ्यांचे खच्चीकरण करण्यासाठी आपली कंबर कसण्यात गर्क होती. आता तर फाशी मिळणार हे नक्कीच झालं होत. भगतसिंग ना अनेक लोकांनी अनेक प्रकारे समजावले.त्यांनी अपील करावे. ज्याने एखादवेळेस त्यांची सजा कमी होईल किंवा फाशी लांबेल त्यामुळे त्यांच्या विचारांचा प्रचार करण्यासाठी त्यांना काही वेळ मिळेल. बऱ्याच वाटाघाटी व बऱ्याच विनंत्या करून बऱ्याच मुश्किलीने भगतसिंग अपील अर्जावर स्वाक्षरी करण्यास तयार झाले. अर्जात खटला काढून टाकण्याची प्रार्थना केली. त्यात त्यांनी युक्तिवाद केला. की हा खटला ऑर्डिनन्सच्या आधारे चालवला गेला होता.तो त्या अधिकारातून काढून टाकावा. सारा देश त्यांचा जीव वाचण्यासाठी आवाज देत आहे. भगतसिंग आणि त्यांच्या साथीदारांनी न्यायालयावर बहिष्कार टाकला होता. त्यावेळी त्यांच्या अनुपस्थितीतच न्यायालयाचे काम चालू होते. कि भगतसिंग घटनेच्या दिवशी ते कलकत्यात होते. जर मला न्यायानुसार संधी दिली तर मी त्यांना सादर करू शकतो. किंवा त्यांच्याकडे न्याय,समानता आणि विवेकाच्या दृष्टीने न्यायालयीत साक्षीदार च्या किमतीने बोलावले पाहिजे.

या खटल्यात त्यांच्या जीवनमरणाचा प्रश्न आहे. अपराध्याला आपलाबचाव करण्याचा पूर्ण अधिकार मिळालाच पाहिजे. जर त्याला बचावाची संधी दिली गेली तर मी साक्षीदार कलम १५५ च्या अनुसार सांगेन की सरकारी साक्षीदार कोण आहे ? ते कधी आणि कसे साक्षीदार बनवले गेले? मी नम्रतापूर्वक आपल्याला प्रार्थना करतो की भगतसिंग ना आपला बचाव करण्याचा अवसर देण्यात यावा.

तुरूंगात भगतसिंग ना आपल्या वडिलांच्या या कामाबद्दल सुचना मिळाली. त्यावेळी ते अत्यंत नाराज झाले. त्यांनी वडिलांनी केलेल्या कामाचा विरोध केला. त्यावेळी त्यांनी वडिलांना पत्र लिहिले. व त्याची एक प्रत ट्रिब्यूला पाठवली. म्हणजे लोकांना समजेल की त्यांच्या बचावासाठी वडिलांनी जे प्रार्थना पत्र दिलय त्यात त्यांचा काही दोष नाही. हे पत्र ट्रिब्यून मध्ये ४ ऑक्टोबर १९३० रोजी प्रसिद्ध केल गेल. ज्याचा एक महत्वपूर्ण अंश अशा प्रकारे आहे.

.... मला हे ऐकून आश्चर्य वाटले की आपण माझ्या बचावासाठी विशेष न्यायाधिकरणाला एक पत्र पाठवले. हे इतक दु:ख दाई होत, की त्यांनी मी शांत राहू शकत नाही. त्याने माझ्या डोक्याचं संतुलन बिघडलं आहे. मी विचारसुद्धा करू शकत नाही, की ह्या स्तरावर अशा परिस्थितीत मी असा कसा विचार करू मी आपला पुत्र असल्याने माझ्या वडिलांच्या भावना व इच्छेचा आदर करतो. पण यातून मला असं वाटतं,की माझ्याबरोबर विचार विनिमय न करता परस्पर प्रार्थना पत्र देण्याचा काही अधिकार नाही. आपल्याला माहीत आहे की, राजनितीक क्षेत्रात आपल्या विचारात व माझ्या विचारात खूप अंतर आहे. आणि त्यांची नेहमी टक्कर होत असते. मी स्वतंत्रताच्या बरोबर आपल्या स्विकृती अथवा अस्विकृती ची चिंता करण्या शिवाय काम करत आहे.

माझा विश्वास आहे की, एक गोष्ट तुम्हाला आठवत असेल की तुम्ही सुरूवातीपासून ही गोष्ट मानण्याचा प्रयत्न करीत होतात. आपला खटला समजूतदारपणे लढू तसेच आपला बचावही समर्थपणे प्रस्तुत करू. ही गोष्य पण आपल्याला माहित आहे. की मी नेहमी त्याचा विरोध करत आलो आहे. मी कधीही आपण आपल्याला वाचवण्याची आशा केली नाही. आणि त्याविषयी मी कधीच गंभीरपणे विचार केला नाही. ही एक निश्चित धारणा होती की माझ्या जवळ परिस्थितीला स्पष्ट करण्यासाठी काही महत्वाचे प्रश्न होते. तो एक वेगळा भाग असेल तरी या क्षणाला त्या प्रसंगाला उचलून नाही धरू शकत.

आपल्याला माहीत आहेच की आपण या खटल्यात एका विशेष नीतीवर चालत आहोत. माझं प्रत्येक पाऊल ज्या त्या नीती नियम व कार्यक्रमावर अवलंबून असायला पाहीजे. या वेळची स्थिती अत्यंत बिकट आहे. जरी हे त्याच्या विपरीत असलं तरी देखिल मी शेवटची व्यक्ती असेन, की जो माझं म्हणणं सादर करू शकेन. या खटल्याच्या दरम्यान माझ्या समोर एक विचार होता. तो होता माझ्या

विरूद्धच्या अपराधांच्या गांभिर्याने खटल्याच्या प्रति उपेक्षेचे भाव दाखविणे माझा नेहमी असाच दृष्टीकोन राहील की राजनितीक कार्यकर्त्यांना वेगळं राहायला पाहीजे. आक्षि न्यायालयात कायद्याच्या लढाई संबधात कोणतीही काळजी करायची नाही. ते आपला स्वत:चा बचाव करू शकतात. पण सदैव राजनितीक तत्त्वावर नाही व्यक्तिगत दृष्टीकोनातून या खटल्यात आमची ह्याच सिद्धांतावर नीती अनुकूल राहिली आहे भले ही आम्हाला यात यश आले आणि नाही आले.हा निर्णय मी देऊ शकत नाही. आम्ही आमचा धर्म अगदी नि:स्वार्थ भावनेनी चालवत आलो आहोत.

''लाहोर षड्यंत्र घटना अधिनियम''च्या संदर्भात व्हाईसरॉय असं ही म्हणाले होते की अपराधी या खटल्यात कायदा आणि न्याय या दोघांचा अपमान करीत आहेत. या परिस्थितीने आपल्याला अवधी दिला आहे. की जनतेला दाखवून देऊ की आम्ही न्यायाचा अपमान करतो आहोत. या स्तरावर लोक आपल्या बरोबर सहमत होणार नाहीत. आपण त्यामधील एक असू शकतो. पण याचा असा अर्थ होत नाही आपण माझ्या इच्छा आणि माझ्या माहितीविना माझ्या बाजूने असं पाऊल उचलाल. माझा जीव इतका मौल्यवान नाही. जेवढा आपण समजता. कमीत कमी माझ्यासाठी जीवनाला एवढ महत्त्व नाही की सिद्धांताचा अमूल्य निधी बलीदान करून मला वाचवण्याचा प्रयत्न करावा. माझे अजून साथीदार आहेत... ज्यांचा खटला माझ्या खटल्यापेक्षा ही गंभीर आहे. आम्ही एक संयुक्त नीती घेऊन उभे आहोत. भले ही आम्ही खाजगी तत्त्वांवर त्याचे कितीही मूल्य असेल. पण ते आम्ही कधीही चुकवू शकणार नाही.

बाबा मी संभ्रमात पडलो आहे. मला भीती वाटते की, तुम्हाला मी दोष देतोय का माझ्याच कार्याची निंदा करतो आहे. आणि हे करत असताना मी माझ्या सभ्यतेचे उल्लंघन तर करत नाही ना? पण मी हे स्पष्ट करतो की, दुसरा कोणी व्यक्ती अशा प्रकारे माझ्याशी वागला तर त्याला मी देशद्रोहीच समजले असते. परंतु आपल्या परिस्थितीत ही गोष्ट बोलू शकत नाही. मी अधिकच स्पष्टपणे बोलतो की, माझ्या पाठीत सुरा खुपसलेला आहे. या प्रसंगात आपली दुर्बलता आणि कमजोरी.

ही एक अशी वेळ होती ज्यावेळी आमच्या सगळ्यांची परीक्षा होत होती. बाबूजी मी असं म्हणतोय की तुम्ही त्या परीक्षेत नापास झालात मला माहित

आहेकी तुम्हीपण तेवढेच खरे देशभक्त आहात. जो कोणीही होऊ शकतो. मी हे ही जाणतो की, आपण आपलं सारं आयुष्य भारताच्या स्वातंत्र्यासाठी ओवाळून टाकलय पण अशा महत्व पूर्ण घडीला आपण हे असं का केलत,एवढे दुर्बल का झालात मला हीच गोष्ट खटकते.

शेवटी मी आपल्याला, माझ्या मित्रांना,आणि समस्त सर्वांना जे माझ्या खटल्यात रस दाखवत होते त्यांना अस सांगतो की मी आपल्या कडून उठलेल्या पावलावर पाऊल ठेवणार नाही.मी अजूनही माझ्या बचावासाठी काहीही सादर करण्याच्या पक्षात नाही. जरी न्यायालयात माझ्या साथीदारांकडून दिल्या गेलेल्या कोणतेही प्रार्थना पत्राचा स्विकार केला असला तरीही मी माझा बचाव करणार नाही. अन्नत्याग सत्याग्रहात ट्रिब्यूनला पाठवलेल्या प्रार्थना पत्र साफ चुकीच समजलं गेलं.

मला वाटत लोकांना याविषयी संपूर्ण परिचय व्हावा. म्हणून मी या पत्राद्वारे प्रकाशन करून निवेदन देतो.

ह्या क्रांतिकाऱ्यांना माहीत होत की या खटल्याचा निकाल काय लागणार , म्हणूनच ते अगदी बालीशपणे आणि निश्चिंतपणे जीवन जगत होते. एक दिवस सप्टेंबर १९३० मध्ये सर्व कैद्यांना विशेष प्रकारचे रात्रीचे जेवण देण्यात आले हे त्यांच्या जीवनातील अशा प्रकारचे शेवटचे जेवण होते. ह्यात आरोपींबरोबर काही अधिकारी पण होते. या वीरांच्या चेहऱ्यावर चिंतेची एक ही छटा दिसत नव्हती. ते सर्वजण जोरजोरात हसत होते,एक दुसऱ्याची चेष्टा मस्करी करत होते. विनोद सांगत होते. तसच तुरूंग अधिकाऱ्यांबरोबर त्यांचं वागणं शांत, शिस्तप्रिय आणि घरच्या सारख होत या त्यांच्या वागणूकीवर तुरूंग अधिकारी आश्चर्याने प्रभावीत झाले.

या खटल्यात भगतसिंगवर जे आरोप लावले होते त्यात तीन प्रकारचे साक्षीदार होते.

१) प्रत्यक्षदर्शी साक्षीदार, ज्यांनी साण्डर्सची हत्या करताना, हत्या करून पळून जाताना पाहिले होते. आणि ओळखले होते.

२) साक्षीदार जय गोपाल तथा हंसराज बोहरा. जे स्वत: हत्त्या करण्यात त्यांना करण्यात त्यांना मदतनीस होते.

३) भगतसिंगनी लिहीलेली पत्र,कागद जे हस्ताक्षर तज्ज्ञांकडून ओळखले गेले.

जयगोपालचा साण्डर्स हत्येत सहभाग होता. पण आज तो सरकारी साक्षीदार

झाला. आणि एक दिवस तो साक्षीदारांच्या पिंजऱ्यात उभा राहून आपल्या साथीदारांविरूद्ध साक्ष देत होता. एवढेच नव्हे तर तो आपल्या मिशीवर ताव देत ही होता. त्याच्या अशा या वर्तनाने क्रांतिकारकांचे रक्त उफाळून आले. त्यावेळी त्यांना राहवले नाही आणि आपल्या पायातील बूट जयगोपालकडे फेकला.

प्रेमदत्त सर्वात लहान क्रांतिकारी होता. न्यायालयात एकच गोंधळ उडाला. न्यायाधिशांनी क्रातिकाऱ्यांना हातकड्या घालण्यास सांगितले. क्रांतिकारी ऐकणार थोडेच होते. न्यायालयात भूकंप झाल्यासारखी स्थिती झाली आणि न्यायालय थांबवण्यात (तहकूब) करण्यात आले.

निकाल :

शेवटी ब्रिटीश न्यायालयाच्या नाटकाचा अंत झाला. अशा प्रकारे भगतसिंगांवर न्यायाधिशांनी भारतीय दंड विधान कलम १२९,३०२ तसेच विस्फोटक पदार्थ नियमाच्या कलम ४व ६ फ तसेच भारतीय दंड संहितेच्या कलम १२० खाली भगतसिंगांना अपराधी सिद्ध करण्यात आल. व ७ ऑक्टोबर १९३० ला ही शिक्षा सुनावण्यात आली.

''षड्यंत्र च्या प्रमूख सदस्य तसेच जाणून बुजऊन केलेली हत्या लक्षात घेऊन, आणि ज्यांनी यात सहभाग घेतला होता त्यांना फाशीची शिक्षा देण्यात येत आहे.

हेही लक्षात घ्यावे या खटल्यात सर्व वीरांनी न्यायालयावर बहिष्कार टाकला होता. तेव्हा त्यांच्या गैरहजेरीत हा निकाल ऐकवण्यात येत आहे. आणि या न्यायालयाचा संदेश वाहक (निरोप्या) तुरूंगात पोहोचला. त्यानीच त्यांना निकाल ऐकवला. निकालाच्या आगोदर एक दिवस चारी बाजूला हत्यारबंद पोलीस तैनात केले होते.प्रत्येक गोष्ट अतिशय सावधानीने ठेवण्यात येत होती. या खटल्यात भगतसिंह सह इतर पंधरा अभियुक्त्यांवर खटला चालू होता. ज्यांना खालील शिक्षा मिळाल्या.

भगतसिंग,सुखदेव व राजगुरू यांना फाशीची शिक्षा दिली. शिव वर्मा,किशोरीलाल,गयाप्रसाद,जयदेव कपूर,विजयकुमार सिन्हा,महावीरसिंग व कमलनाथ तिवारी या सातजणांना आजन्म काळ्यापाण्याची शिक्षा दिली. कुंदनलाल वर्मा यांना सात वर्षे व प्रेमदत्त ला पाच वर्षाचा कारावास झाला.अजय घोष, जितेंद्रलाल सिन्हा व देशराज वर कोणताही गुन्हा सिद्ध झाला नाही म्हणून

त्यांना सोडून देण्यात आले.

या गोष्टीची खबरदारी घेण्यात आली की हा निकाल जनतेपर्यंत पोहोचू नये. पण असं कसं होईल ? ही बातमी हवेसारखी साऱ्या देशात पसरली.न्यायालयाद्वारा ६८ पानी निकालपत्र दिल्यानंतर सरकारनी कोणत्याही प्रकारच्या सभा अथवा मोर्च्याला लाहोर कलम १४४ लावण्यात आले.ह्या नंतर ही त्या गोष्टीवर काही घोषणा केली नाही. आणि भित्तीपत्रके ही लावण्यात आली नाहीत. नगरपालिकेच्या मैदानावर खूप लोक जमले. त्याच्या आधी चालत असलेल्या एकतर्फी खटल्यात तसेच क्रांतिकाऱ्यांना दिलेल्या कठोर शिक्षेची सर्व स्तरातून कटू निंदा करण्यात आली. अद्याप तुरूंगावर पोलीसांचा सक्त पहारा होता. तरीपण भगतसिंग व त्यांच्या साथीदारांचे नविन फोटो पत्रकारांच्या हाती कसे लागले हेच कळले नाही. या वर्तमानपत्रात या निकालाबाबत ठळक बातम्या प्रमाणे छापण्यात आलं.सरकार हतबल झाले.बरोबर गुप्तचर विभाग ही हैराण झाला. साऱ्या देशात सभांचे आणि मिरवणूकांचं जणू एक वादळच उठलं. दुसऱ्याच दिवशी साऱ्या देशातील माणसं सरकार वरील रागाने उद्दीक्त झाले. 'स्टुडंट युनियन' ने साऱ्या लाहोरात सत्याग्रह केला. जवळ जवळ सर्व शाळा कॉलेज बंद होती. जी बंद नव्हती त्यांना नंतर बंद करावी लागली. सरकारने ताबडतोब धरपकड सुरू केली आणि अनेक युवा विद्यार्थ्यांना अटक केली. डी.ए.वी महाविद्यालयातील विद्यार्थि आणि शिक्षक रागाने पेटले आणि पोलीसांवर हल्ला केला. साऱ्या देशातील निदर्शकांवर लाठीमार करण्यात आला.

एकीकडे साऱ्या देशात सरकारवर इतका आक्रोश होत असला तरी दुसरीकडे भगतसिंगना जसं काही झालच नाही असं वाटत होत. ते एकदम शांत आणि निर्विकार होते. जसं पहिल्यांदाच सांगितल आहे की क्रांतिकाऱ्यांनी न्यायालयावर बहिष्कार टाकला आहे. तेव्हा सरकारी वकील स्वत: तुरूंगात जाऊन भगतसिंग व त्यांच्या साथिदारांना त्याच ठिकाणी न्यायालयाचा निर्णय सांगितला.

भगतसिंह ! आम्हाला हे अत्यंत खेदाने सांगावे लागत आहे की न्यायालयाने आपल्याला फाशीची शिक्षा सुनावली आहे.

भगतसिंह नी यावर कोणतही दु:ख व्यक्त केल नाही. कारण त्यांना माहीत होत की हेच होणार आहे.

ब्रिटीशांच्या राज्यात अजून काय आशा करायची. हा निकाल ऐकवताना

एखादे वेळेस सरकारी वकिलांचा आत्मा रडत असावा. व्यतित होऊन त्यांनी सांगितले ''आपण एक वीर पुरूष आहात मी तुमचा आदर करतो. पण आपले तरूणपण या दंडासाठी पात्र नाही. एक दिवस आपण एक चांगले राजनीतीक नेता बनू शकले असता !

परंतु भगतसिंग म्हणजे भगतसिंगच होते. सरकारी वकीलांच्या अशा सांगण्याने ते अविचलीत झाले नाहीत. त्यांच्या ''नजरेत'' मृत्यू चा 'परम आनंद' प्राप्त झाल्याचे दिसत होते. म्हातारपणी दयनीय होऊन मरण्यापेक्षा उमेदीत मातृभूमी साठी आपले कर्तव्य बजावण्यात बलीदान देण्यात त्यांच्या मते चांगलं मरण आहे हे होत. म्हणून सरकारी वकिलांना त्यांनी सांगितले

तरूण पणात मला अशी शिक्षा मिळाली हे चांगले आहे. माझ्या पूर्वजांनी सांगितले आहे.

''जिस मरणसे जो डरे, मेरे मन आनंद ।
मरनेही पाइये पूरन परमानंद ।।''

ज्या मृत्यूला सारा संसार घाबरतो त्यालाच मिठी मारताना मला आनंद मिळत आहे. कारण मृत्यूनंतरच 'परम आनंद'अर्थात परमात्म्याची प्राप्ती होते.

त्यानंतर सरकारी वकिलांनी त्यांना अपील करण्यास सांगितले. भगतसिंग त्या विरूद्ध होते. त्यांना ब्रिटीश सरकारकडे अपील करणे म्हणजे भीक मागण्यासारखे आहे असं त्यांचं म्हणणं होत. आजकाल ब्रिटीश अधिकारी नवयुवकांना चिरडून टाकीत होते. त्या ठिकाणी दया नाही. तर नजराणा ही नाही. ते आम्हाला मिळालय ते शत्रूकडे भीक मागण्यापेक्षा बहादुरीचे मरण चांगले. मी स्वतंत्रताच्या ज्यातीचा किटक आहे.

यानंतर भगतसिंगानाव त्यांच्या अन्य दोन साथिदारांना राजगुरू आणि सुखदेव यांच्या सहीत कोठी नंबर १४ मध्ये पाठविण्यात आलं. जेथे फाशीची शिक्षाच झालेल्या कैद्यांबरोबर फाशी देईपर्यंत ठेवल जायच. त्या ठिकाणी ठेवण्यात आल.

* * *

(८)
निर्णयानंतर

कोठडी नं. १४ मध्या जाण्यापूर्वी भगतसिंग,राजगुरू व सुखदेव आपल्या साथीदारांना भेटले. आणि त्यांनी एकमेकांची गळाभेट घेतली.निरोप घेण्यापूर्वी आपसात काही मिनिटे एकमेकांशी बोलत होते. त्यावेळी भगतसिंगांनी त्यांना आपला शेवटचा संदेश दिला.

मित्रांनो! गाठी भेटी, मिळरं एकमेकांपासून दूर जाणं हे तर होतच राहात. शक्य झालं तर आपण एकत्र परत भेटू शकतो. ज्यावेळी आपली शिक्षा पूर्ण होईल त्यावेळी घरच्या रगाड्यात अडकून राहू नका. जो पर्यंत भारतावर ब्रिटीश साम्राज्य आहे ते काढून समाजवादी गणतंत्र स्थापित करेपर्यंत आराम करू नका हाच माझा शेवटचा निरोप/संदेश आहे.

प्री व्ही परिषदेत अपील:

या निकालानंतर बचाव कमिटीने प्रीव्ही परिषदेत अपील करण्याचा विचार केला. प्रीव्ही परिषद ब्रिटीश साम्राज्याचे सर्वात मोठे न्यायालय आहे. भगतसिंगांना हे पटत नव्हते. आणि कोणताही अभियुक्त यात गेला नाही. आणि त्यांनी वकीलही नाही पाठवला. यात कोणत्याही प्रकारचा वाद झाला नाही. त्यात फक्त सरकार द्वारा लावण्यात आलेल्या आरोपांचे उत्तर देण्यात आले. देश ज्या अवस्थेतून जात आहे त्याला पाहून मला फाशीच व्हावी असं भगतसिंगांना वाटत होत. यातून भारतीयांना कमीत कमी एक शिकवण मिळेल की गुलाम असणाऱ्या देशातील नागरिकांची दशा काय होते ते. त्यासाठीच ते मनातल्या मनात त्याच गोष्टींना घाबरत होते. प्रीव्ही परिषद आपला निर्णय तर बदलणार नाही. किंवा एखादे वेळेस फाशीच्या शिक्षेऐवजी आजन्म कारावास होईल. त्याला ते आपल्यासाठी हानीकारक समजत होते. वास्तविक प्रीव्हीपरिषदने निष्पक्ष निर्णय दिला असता तर तो असाच झाला पाहिजे.

त्यांच्याबरोबर बटुकेश्वर दत्त ना आजन्म कारावास झाला त्यावेळी ते मुल्तान

तुरूंगात होते. त्यावेळी भगतसिंगांनी नोव्हेंबर १९३० ला एक पत्र लिहिले होते.

मला शिक्षा सुनावली आहे.फाशीचा आदेश ही आहे. माझ्या कोठडीत इतरही खूपसे अपराधी आहेत. ते त्यांच्या फाशीची वाट बघत आहेत. ते सर्वजण अशीच प्रार्थना करत आहेत की, कसं ही करून फाशी टळावी. पण त्यांच्यात माझ्यासारखा असा विरळाच असेल की जो त्या दिवसाची वाट पहातोय. ज्यावेळी माझ्यातल्या आदर्शासाठी फासावर लटकण्याचे सौभाग्य प्राप्त होईल. मी आनंदाने फासावर चढून साऱ्या दुनियेला दाखवून देईन की क्रांतीकारी आपल्या आदर्शासाठी केवढ्या वीरतेने बलीदान देऊ शकतात. मला फाशी मिळाली आहे पण आपल्याला आजन्म कारावासाचा दंड मिळालाय तुम्ही जिवंत रहाल आणि आणि तुम्हाला जिवंत राहून जगाला दाखवून द्यायचय की क्रांतिकारी फक्त मरत नाहीत. तर जिवंत राहून संकटाला सामर्थ्याने तोंड देऊ शकतात. की ते केवळ आपल्या आदर्शासाठी फाशी गेलेत. शिवाय तुरूंगातील अंधेऱ्या कोठडीत कुढत-कुढत राहून हीन दर्जाच्या जुलुमांना सहन करू शकता?

जरी भगतसिंह प्रीव्ही परिषदेत अपील करण्याच्या एकदम विरोधात होते. पण त्यांचे अगणित शुभ चिंतक होते. ते अपील करणे जरूरीचे समजत होते.बचाव समितीने आपल्या बाजूने खटल्यात काही कसर सोडली नाही. पंडीत मोतीलाल नेहरूंची इच्छा होती की या वीरांचा जीव वाचावा ते त्यावेळी आजारी होते. मृत्यूच्या अगदी जवळ होते. त्यांनी तेथूनच भगतसिंहांना संदेश पाठवला. वकील प्राणनाथ मेहता स्वत: तुरूंगात जाऊन त्यांना भेटले त्यांनी अनेक प्रकारे भगतसिंगना समजावले की प्रीव्ही परिषदेत आपील केल्याने देश विदेशातील लोकांना त्यांचे विचार पोहोचतील. भारतातील ब्रिटीशांचा अत्याचार तसेच कैद्यांची दुर्दशा दुनियेसमोर येईल. शेवटी एवढ्या प्रयत्नानंतर भगतसिंह तसे करण्यास तयार झाले. तरीपण या अपीलात भगतसिंहांचा उद्देश एवढाच होता की काही दिवस तरी त्यांची फाशी लांबावी. त्यामुळे त्यांच्या साथीदार क्रांतिकाऱ्यांना लाभ होईल.

अपीलाचा उद्देश एवढाच होता की फाशी थांबावी. ज्यावेळी काँग्रेसचा सरकारशी समझोता होईल आणि ते आपल्या परिणामांनी सिद्ध होणार नाही. युवकांत यामुळे असंतोष पसरत होता आणि त्याच सुमारास आम्हाला फाशी लागावी आणि येथे काँग्रेसी लोकांची दोरी क्रांतिकाऱ्यांच्या हातात यावी.

त्यांना ही सजा कोणत्याही नियमीत न्यायालयात मिळाली नव्हती पण हा

खटला एका विशेष न्यायाधिकरण (ट्रिब्यूनल) मध्ये चालला. ज्याची स्थापना व्हाइसरॉय च्या अध्यादेशाने झाली होती. तेव्हा ते या न्यायालयाला बेकायदा मानत होते. त्या आधारे त्यांनी त्यांना अपील करण्याचा सल्ला दिला. कारण ते समजत होते की त्यांचे अपील फेटाळले जाईल. शिक्षा तर बहाल केली जाईल पण फाशी थोडी लांबेल. शेवटी बचाव समितीचे सदस्य लाला दुलीचंद, डॉ.गोपीनाथ भार्गव यांनी या शिक्षेच्या विरोधात नोव्हेंबर १९३० मध्ये प्रीव्ही परिषदेत अपिलाचा अर्ज दाखल केला. पण त्याचा काहीही परिणाम झाला नाही. १० जानेवारी १९३१ ला हा अर्ज रद्द केला.

उच्च न्यायालयात अपील :

न्यायाधिकरणाच्या निर्णयानुसार भगतसिंग व त्यांच्या साथिदारांना ऑक्टोबर १९३० मध्ये फाशी होणार होती. तरी प्रीव्ही परिषदेत गेल्यामुळे मामला टळला. शेवटी जीवनलाल व शामलाल नी या फाशीविरूद्ध १६ फेब्रुवारी १९३१ ला उच्च न्यायालयात अपील केल. त्यात असा तर्क दिला ,की वास्तविक ऑक्टोबर १९३० ला फाशी होती व ही वेळ आता टळून गेली आहे. त्याचबरोबर या मामल्याची सुनावणी करणारे न्यायाधीकरणाचा कार्यकाल पण संपला आहे. तेव्हा या अपीलात ह्या फाशीला व अभियुक्तांच्या नजरबंदीला अवैध सिद्ध करून उच्च न्यायालयाला या मामल्यात पुन: विचार करण्याची चेतावणी देण्यात आली.

परंतु ब्रिटीश न्यायव्यवस्थेकडून अशी आशा कशी केली जाऊ शकते.त्यांचा तर पहिल्यापासून पवित्रा स्पष्टच होता. काहीही झालं तरी या वीरांना आपल्या रस्त्यातून हटवण्यावर आधीन होती. जिवंत राहून ब्रिटीशांच्या अत्याचाराचे भांडे फोडल्याशिवाय राहू शकत नव्हते. तर उच्च न्यायालयात हे अपील कसं स्विकारले असते. त्यांनी पण अपील सादर केल्यानंतर पाचव्या दिवशी २० फेब्रुवारी १९३१ ला अपीलाचा स्वीकार केला नाही.

व्हाइसरायांकडे दयेची याचना :

आपल्या जीवनाचे मातृभूमीला बलीदान देणाऱ्या या वीरांना फाशी सुनावल्यानंतर देशातील जनता गप्प कशी बसणार होती. प्रत्येक जण त्यांचा जीव वाचावा याची अपेक्षा करीत होता. आपआपल्या परीने त्या अन्यायाच्या विरोधात आवाज उठवत होता. ''जो पर्यंत श्वास तो पर्यंत जीव '' हा दुनियेचा अलिखित नियम आहे.जेव्हा प्रिव्ही परिषदेने अपील रद्द केल्यावर प्रसिद्ध समाजसुधारक

आणि नेता पंडित मदनमोहन मालवीय यांनी १४ जानेवारी १९३१ ला व्हाईसरॉय यांच्याजवळ याचना दिली. या याचनेत प्रार्थना केली की, त्यांनी आपल्या दयेचा अधिकार वापरून भगतसिंग, राजगुरू व सुखदेव यांची फाशी रद्द करून आजन्म कारावासात बदलावी.

प्रिव्ही परिषदेने याचना फेटाळल्यानंतर भारतातील काना कोपऱ्यातून व्हाईसरायांकडे दया याचनाची प्रार्थना पत्रे येत होती. हे केवळ भारतातूनच नाही तर साऱ्या जगातून या विरूद्ध लोकांनी आवाज उठवला. या शिक्षेची विदेशातूनही निंदा करण्यात आली. या खटल्यात इंग्लंडमधील कम्युनिस्ट पार्टी ने आपले विचार प्रकट केले-या खटल्याचा इतिहास ,ज्याचा राजनितीकाच्या संदर्भात एक ही उदाहरण मिळत नाही. अत्यंत कठोर आणि निर्दयी पणे केल्याचे दिसून येते. जी ब्रिटीशांच्या मजूर साम्राज्यवादी सरकारची एक उन्मत्त इच्छेची परिणती आहे. ज्याच्या दडपणाखाली लोकांच्यात भय उत्पन्न करत होते.

या खटल्यात न्यायालयाच्या या क्रुर कार्यवाहीवर बर्लीन मधील एका पत्रकाराने लिहिले---

''लाहोर षड्यंत्र व मेरठ षड्यंत्राचा रणनितिक पाया क्रूर साम्राज्यवादी कसाई मॅकडोनाल्ड पासून सुरू झाला. न्यायालयाच्या खूनाचा आवाज उठवला गेला. त्यामुळे ब्रिटीश साम्राज्यवाद आपल्या वस्तीतील लोकांवर आपला ताबा ठेवू शकतील.

प्रिव्ही परिषदेने याचना रद्द केळ्यावर देशातील वातावरणाचे वर्णनावर ट्रिब्यून वर्तमान पत्रात लिहिले:-

हे आंदोलन संपूर्ण राष्ट्रात पसरले आहे. तसेच यात पंजाब व दुसऱ्या प्रांतातील हजारो लाकांनी भाग घेतला आहे.

अशा प्रकारे भगतसिंग आणि त्यांचे साथीदार राजगुरू व सुखदेवांच्या फाशीच्या शिक्षा रद्द करण्यासाठी देशातील सर्व वृत्तपत्रांनी आपल्या आवाजाने सारा देश दणाणून सोडला. वर्तमान पत्रात प्रत्येक पानावर त्यांच्या सुटकेसंबंधी सर्व स्तरावरून लिहिलेले असायचे. लाखो लोकांनी आपल्या स्वाक्षऱ्यांचे अभियान चालू केले. त्या स्वाक्षऱ्यांचे निवेदन भारताच्या व्हॉइसराय व सरकारला पाठवून दिले जात होते. ज्यात तीन-चार वीरांच्या मृत्यूदंडाची शिक्षा बदलण्यासाठी लिहिले जात होते. इंग्लंडच्या सरकारनी मंत्र्यांना व भारताच्या व्हॉइसरॉय कडे लोकांनी

त्याच उद्देशाच्या हेतूने दुनियेच्या सर्व भागातून तारा पाठवल्या. इंग्लंडच्या खालच्या संसदेने काही सदस्यांनी पण या शिक्षेला विरोध केला व व्हॉइसरॉय ला शिक्षा बदलण्यासंबंधी प्रार्थना केली.

''हाऊस ऑफ कॉमन्स''च्या स्वतंत्र मजूर पार्टीनी समझोत्याच्या दृष्टीकोनातून लाहोर षड्यंत्र खटल्यातील आरोपींसाठी तार पाठवून एक निवेदन दिले. जे ६ मार्च १९३१ ला व्हॉइसरॉय ला मिळाले. प्रिव्ही परिषदेत अपील निकालात काढल्याने भारतातील सारे नवयुवक चिडले आहेत. ते संपूर्ण भारतवर्षातला सगळ्यात मोठा अपमान समजतात. आणि त्यांचे रक्त बदल्याच्या भावननी सळसळत आहे. पंजाब मधील युवक सर्वात जास्त रागावले आहेत. ''खुनाच्या बदल्यात खून '' हे त्यांचे ब्रीद वाक्य झालं आहे. अशा प्रकारची भित्तीपत्रके सगळीकडे लावली जात आहेत. व पत्रके वाटली जात आहेत. अशा प्रकारच्या एका पत्रकातील हा मजकूर---

भारतातील निडर नवयुवकांनो ! काय आपली मान दिन-प्रतिदिन उत्तेजक घटनांनी खाली जात नाहीये ? काय भगतसिंग,राजगुरू व सुखदेवांना काळ्या कोठडीत बघून आपल्या मनात स्वाभिमानाची भावना उत्पन्न होत नाही ? भले तुमची विचार शक्ती संपली असेल तरीही भारत सरकारच्या धक्केशाहीविरूद्ध लढा द्यायचा आपला धर्म आहे. एका घाणेरड्या आणि मामूली पोलीस अधिकाऱ्याची हत्या केली तर सारी ब्रिटीश जात असं समजते की त्यांना फार मोठा धोका त्यांच्या जीवनात आलाय पण दु:ख याच गोष्टीचे वाटते की, आपल्यातील तीन भावांना फाशी दिली जाणार आहे आणि आपण त्याचा बदला घेण्याची भावना आपल्या मनात येत नाही.

भगतसिंगांनी स्थापलेली ''नौजवान भारत सभा''ज्या सरकारनी १९३० मध्ये बेकायदा घोषित केली होती. परंतु ती छुप्या मार्गाने चालूच होती. लाहोर षड्यंत्र खटल्यात या तीन वीरांचे अपील फेटाळले गेले. पण या सभेच्या सदस्यांनी हस्ताक्षर अभियानात अवास्तव भाग घेतला. व्हॉइसरॉयला सजा कमी करण्यासाठी जी प्रार्थना केली होती.त्यात हस्ताक्षर करण्यासाठी एक समिती नेमली होती. या समितीत वास्तविक ''नौजवान भारत सभेन्ने सदस्य होते. सरकारला हे सत्य माहीत होते. या विषयावर सरकारने आपल्या अहवालात लिहिले होते--

षड्यंत्राच्या खटल्यातील अभियुक्तांच्या याचिकेचे प्रार्थना पत्र रद्द करण्याची

बातमी मृत्यूची शिक्षा मिळणाऱ्यांची शिक्षा कमी करणारे त्यावर स्वाक्षरी घेण्यासाठी एक अभियान सुरू केलं गेलं. समिती हे अभियान चालवत आहे. एका नव्या रूपात ''नौजवान भारत सभा'' एकदा परत जागी झाली आहे.

यावेळी युवावर्गाच्या आक्रोशाने काँग्रेसला आपले भविष्य अंध:कारमय दिसत होत. काँग्रेसचा एक प्रसिद्ध नेता डॉ.पट्टाभिसीतारामैया यांनी स्थितीचं यर्णन करताना असं लिहिलय-घोषित केलेल्या शिक्षेवर देशात सर्वत्र प्रतिक्रिया झाली. काँग्रसची या दंडिताच्या परिवर्तनासाठी संपूर्ण देशात पसरलेल्या सद्‌भावनेला काही अडथळा शोधू पहात होती.

या विषयावरील गांधीजींची भूमिका :

या दिवसात महात्मा गांधी काँग्रेसचे एक छत्र नेता होते. त्यांच्या त्यावेळच्या भारतातील व्हॉइसराय बरोबर एक समझोता झाला होता. त्या समझोत्याला गांधी-आयर्विन समझोता समजले जायचे. जो फेब्रुवारी १९३१ला संपन्न झाला. लॉर्ड आयरविन भारताचे तत्कालीन गव्हर्नर जनरल व्हॉइसराय होते. तर भगतसिंग ,राजगुरू व सुखदेव यांना फाशी देण्यासंदर्भात महात्मा गांधींची भूमिका काय होती येथे एक संक्षिप्त नजर टाकली जावी.

गांधी आयरविन समझोता वार्तालाप १७ फेब्रुवारी ते ४ मार्च १९३१ पर्यंत सोळा दिवसांसाठी चालला. हा वार्तालाप दिल्लीतील व्हॉइसराय यांच्या घरात झाला. त्यात या दोघां व्यतिरिक्त दुसरे कोणीही नव्हतं. ही एक प्रकारची गुप्त वार्ता होती. लॉर्ड आयर्विन सगळ्या गोष्टी आपल्या फाईल मध्ये नोंदीत होते. परंतु गांधींवर कोठेही काहीही बोलत नव्हते. या शिक्षेची गोष्ट गांधीजींनी १८ फेब्रुवारी १९३१ ला उठवली. पण त्यात त्यांची शिक्षा कमी करण्याची काहीच गोष्ट केली नाही.या समझोत्यावर ५ मार्च १९३१ रोजी स्वाक्षऱ्या झाल्या. तर ६ मार्च ला तो भारत सरकारच्या बजेट मध्ये प्रकाशित झाला. साऱ्या देशाची यावर आशा होती की एखाद वेळेस भगतसिंग व त्याच्या साथीदारांच्या शिक्षा कमी करण्यासंबधी काही असेल पण ''पळसाला तीनच पान'' यात काही कोणतीही चर्चा झाली नाही.

एवढेच नाही पण काँग्रसी लोकपण ह्या समझोतात समाधानी नव्हते. त्या आधी ४ मार्चला रात्री २.३० वाजता जेव्हा गांधीजी व्हॉइसराय भवनातून परतले त्यावेळी काँग्रेस कार्यकारीणीचे सदस्य त्यांची व्याकुळतेने वाट पहात होते. गांधी अतिशय प्रसन्न दिसत होते. त्यांनी समझोत्याच्या सर्व गोष्टी सांगितल्या.या

समझोत्याच्या कलम ५ वर कोणीही सदस्य खुश नव्हता. हे कलम राजनितीक विषयी होते. पण यात फक्त सत्याग्रहींचा उल्लेख बंदीवान होता. भगतसिंग व त्यांच्या अन्य देशभक्त राजनितीकबंदीवाना विषयी काहीच चर्चा झाली नाही. साथीदारांच्या फाशी संबंधी संपूर्ण गुप्तता राखली गेली. तरीपण ही बाब सर्वांना माहीत झालीती ही की फाशी २३ मार्चला दिली जाणार आहे ज्यावेळी गांधी-आयर्विन यांच्यात समझोता झाला व त्यावर हस्ताक्षर झालले. तो दिवस ५ मार्च होता. तरीपण अजून १८ दिवस बाकी होते. समझोता करारावर सह्या झाल्यावर ५ मार्च१९३१ ला संध्याकाळी गांधीजींनी पत्रकारांना संबोधीत केले. त्या पत्रकारांत इंग्लंड, अमेरिका व भारतातील पत्रकार प्रतिनिधी होते. त्यावेळी गांधीजींनी लॉर्ड आयर्विनची तोंडभरून स्तुती केली. त्याचबरोबर गेल्या वर्षभरात राजनितीक कारणांनी हैराणी सहन करणाऱ्यांची प्रशंसा केली. त्यांनी म्हटले होते--

पीडेची एक निश्चित सीमा असते. दु:ख जसे उचित तसेच अनुचित पण असत. पण ज्यावेळी त्याची सीमा समाप्त होते. त्यावेळी ते झेलण्यात काही अर्थ नसतो. तो मूर्खपणा ठरतो. जर आपला विरोधी आपल्या इच्छेखातर आपल्या साठी विचार करण्याची वेळ देत असेल,तर त्रास सहन करणे मूर्खपणा आहे. जर एखादा सरळ मार्ग उघडला असेल तर प्रत्येक व्यक्तिच कर्तव्य आहे की त्याचा त्यांनी मार्ग अवलंबला पाहिजे आणि माझ्या तुच्छ मतानी हा समझोत्याचा वास्तविक मार्ग खुला केला आहे.

सत्याग्रहींच्या शिवाय दुसऱ्या कैद्यांसाठी त्यांनी काहीही केल नाही शेवटी पत्रकारांनी या विषयात त्यांच म्हणण विचारले त्यावेळी गांधीजी म्हणाले.

'जरी हजारो नाही तरी शेकडो लोकांबद्दल काही म्हणण माझ कर्तव्य आहे. जे माझे माजी बंदी साथी होते,आणि ज्यांच्या साठी मला तार मिळाल्यात तसच अजूनही जे तुरूंगात आहेत. परंतु जे गेल्या वर्षभरात सत्याग्रही बंदी झाले आहेत. त्या सर्वांना मुक्त केल जाईल.व्यक्तिगत स्वरूपात मी कोणालाही दंडित रूपात बंदीवान बनविण्यावर मी विश्वास ठेवत नाही. आणि त्यांच्यावरही नाही जे हत्या करतात. ज्यांनी राजनितीक उद्देशासाठी हत्या केल्या आहेत ते पण तेवढेच प्रेम आणि बलिदानासाठी अधिकारी आहेत. हे मी जाणतो. भले ही ते तेवढे समजदार असल्याचा दावा करू शकत नसतील. परंतु माझा विश्वास आहे की ते ही गोष्ट समजतील की माझ्या जवळ त्यांच्या सुटकेचे काही औचित्य नाही होत, पण

याचा अर्थ असा नाही की, माझ्या व कार्यकारिणीच्या सदस्यांच्या मनात त्याचा विचार नव्हता. अजूनही काँग्रेस समझोत्यात आपल्या बरोबर जुळलेल्या अटींना इमानदारीने पूर्ण करेल,तर काँग्रेसला पूर्णमणे प्रतिष्ठा प्राप्त होईल.ाणि सरकारला हा विश्वास होईल की सरकार शांतता राखण्यात समर्थ आहे. आणि तशी पण समर्थआहे

जसा मी विचार करतो. जशी त्यांनी असहयोगाच्यावेळी शांती दाखविली आहे. आणि जर जनता काँग्रेसला हा अधिकार आणि आदर देईल, तर मी वचन देतो की नजरबंदीवानांना तसेच अन्य राजनितीक कैद्यांच्या सह सर्व बंदीवानांना सुटका करण्यास अधिक वेळ लागणार नाही.'

क्रांतिकाऱ्यांचा विशेष उल्लेख करून ते म्हणाले,

'भारतात नि:संदेह एक लहान पण गतीशील संघटना आहे जी हिंसा करून भारताला स्वतंत्र बनवू पहातेय. मी पहिल्यांदा या संघटनेला प्रार्थना करतो की त्यांनी आपली ही नीती बंद करायला पाहिजे. विश्वासात नाही पण परिस्थितीची जाणीव बघून त्यांना एक गोष्ट समजली आहे की अहिंसेत किती ताकद आहे . ते या गोष्टीला नकार देणार नाहीत की अहिंसेच्या रहस्यात्मक व निश्चित प्रभावानेच जनतेत जागृकतेचे आश्चर्यकारक कार्य संभव झाले. मी त्यांना ध्यैर्य, सत्य आणि अहिंसेची योजना कार्यान्वित करण्यासाठी वेळेची अपेक्षा बाळगतो. शेवटी दांडी यात्रेला अजून एकच तर वर्ष झाले आहे. तीस करोड माणसांच्या जीवनाला प्रभावित करणारा प्रयोग एक वर्षाच्या कालचक्रातील एक सेकंदाच्या बरोबर आहे. त्यांना त्यांच्या मातृभूमिच्या संरक्षणासाठी सुरक्षित ठेवले पाहिजे. आणि त्याकरता सर्वांची जरूरी आहे. आणि त्यासाठी काँग्रेसला काही अवसर द्यायला हवा. की तो अन्य राजनितीक बंदीवानांना सोडवू शकेल आणि त्या लोकांना पण फाशी होण्यापासून वाचवू शकेल. ज्यांना हत्त्येच्या आरोपात दोषी आढळल्याने फाशीची शिक्षा दिली आहे. मी खोटया आशा दाखवत नाही मी सगळ्यांसमोर माझी आणि काँग्रेसचीइच्छा आपल्याला सांगू शकेन. प्रयत्न करणेच आपल्या हातात आहे. परिणाम नेहमी देवाच्या हाती असतो. '

६ मार्चला दरियागंज मध्ये गांधीजींनी पत्रकार संमेलन बोलावले होते. त्यात भारताबरोबर पश्चिमी देशातील पत्रकार आले होते. भगतसिंगांची फाशीची शिक्षा कमी करण्यासंबंधी ज्यावेळी विचारण्यात आले त्यावेळी समाधान कारक उत्तर मिळालं नाही. लॉर्ड आयर्विनने १९ मार्चच्या फाईल मध्ये लिहिले होत ''जाताना

गांधींनी मला विचारले भगतसिंगच्या खटल्यासंबंधी विचारू शकतो का ? कारण २४ मार्चला फाशी देण्याची सूचना वर्तमान पत्रात आली आहे. हा दिवस अत्यंत दुर्भाग्यपूर्ण असेल कारण की त्याच दिवशी कराचीत काँग्रेसच्या नव्या अध्यक्षांना पोहोचायचय. आणि तेथे खूप गरमा-गरमी होईल. मी त्यांना समजावलं की मी

मी या विषयात खूप गंभीरपणे विचार केला. परंतु मला कोणताच आधार मिळाला नाही. ज्यामुळे मी शिक्षा बदलण्यास माझ मलाच कसं समजावू. असं वाटतं की त्यांना माझ्या तर्कात काही वजन आहे.

हर्बेट इमरसन,लॉर्ड आयर्विन च्या वेळेला भारताचे गृहसचिव होते. ज्यावेळी गांधी-आयीर्वन समेट चालू होता. त्यावेळी हर्बेट इमरसनना ही काही वेळा खोलीत बोलावण्यात आल होत. या विषयात इमरसनच्या शब्दात सांगायच झालं तर असं दिसत की भगतसिंग व अन्य साथिदारांची शिक्षा बदलण्यासाठी गांधीजी नी विषेश असा प्रयत्न केलाच नाही. गांधी मला या विषयी फारसे चिंतीत दिसले नाहीत. मी त्यांना सांगितल ही की जर सगळ सहजासहजी होत असेल तर आम्ही भाग्यशाली होऊ. मी त्यांना हेही सांगितल की पुढील काही दिवसांसाठी दिल्लीत होणाऱ्या सभा आणि हिंसा भडकवणाऱ्या भाषणासाठी तरी त्यांनी काही कराव. तर त्यांना कोणत्याही परिस्थितीत प्रयत्न करण्याची हमी दिली.

एलन कॅम्पवेल जॉजसन ने लॉर्ड आयर्विनला लिहिल त्यात त्यांनी इमरसन च्या आठवणींचा ही उल्लेख केला.

त्यात एका स्थानावर इमरसनच्या भगतसिंगांच्या फाशी विषयी गांधीजी व इमरसन यांच्यात झालेल्या बातचितीचे एक संस्मरण देण्यात येत आहे.

''सर हर्बेट इमरसन गृह सदस्य,ज्यांना दिल्लीबाबत महत्वपूर्ण भूमिका साकारण्याचे उत्तरदायित्व दिलं गेलं होत. असं म्हणतात. ज्यावेळी भगतसिंगांना फाशी देण्याच्या संबंधात गांधीजी व आयर्विन यांच्यात समझोता करार झाला त्यावेळी त्यांनी दोघांच बोलण आश्चर्यचकित होऊन ऐकल हे बोलणं दोन राजनितीज्ञांच्यात आतंकवादाचा राजनितीक परिणाम काय होईल यावर होत नव्हती परंतु मानवी जीवनाची पवित्रता यावर दोन्ही संतांमध्ये होत होती.

भगतसिंग व त्यांच्या साथिदारांच्या फाशी संबंधात महात्मा गांधींच्या भूमिकेवर नंतर भारतीय चिंतकांनी ही तीव्र नाराजी व्यक्त केली. वरील सर्व विवरणातून हेच समोर येते या शिक्षेला कमी करण्यासाठी त्यांनी काही ठोस निर्णय घेतला नाही.

याला त्यांनी त्याचा स्विकार ही केला. आपल पुस्तक ''यंग इंडिया''यात त्यांनी म्हटले आहे.

मी या शिक्षेच्या परिवर्तनाला समझोत्याची अट बनवू शकलो असतो.पण त्याची खात्री नाही होत. कार्यकारिणी समिती मला शिक्षेच्या परिवर्तनाला समझोत्याची अट बनवण्यास तयार नव्हती त्याकरिता मी इथे त्याचा फक्त उल्लेख केला.

यातून हे स्पष्ट होत की जर गांधीजी ह्याच अटीवर समझोता करतील तर अशी कोणतीच गोष्ट नव्हती की ही शिक्षा बदलणार नाही. ह्या समझोत्यावर ५ मार्च १९३१ ला स्वाक्षऱ्या झाल्या. त्या समझोत्याच्या आधारे सर्व सत्याग्रही राजनितीक बंदीवानांना सोडून देण्यात आले. परंतु देश प्रेमासाठी आपल्या जीवनाची पर्वा न करणाऱ्या क्रांतीकाऱ्यांसाठी ह्या समझोत्यात काहीच सूट दिली नाही. गांधीजींच्या या असल्या व्यवहारावर आझाद हिंद फौजेच्या जनरल मोहनसिंग यांनी लिहिलं -ते भगतसिंजांना फाशी देण्यापासून वाचवू शकले असते जर त्यांनी या राष्ट्रीय वीराच्या सुटकेसाठी एक राष्ट्रीय पश्न बनवला असता. तर संपूर्ण राष्ट्र आहुती देण्यास तयार हईल.

ते भगतसिंह व त्यांच्या साथीदारांना वाचवू शकले असते. पण ते आपल्या अहिंसावादी विचारधारेच्या खोट्या प्रशंसेचा त्याग करू शकले नाहीत. कारण भगतसिंगांच्या सुटकेनंतर क्रांतीकारी नेत्यांच्यात दृढता आली असती. आणि ते सत्य ही होत. पण गांधीजींना ते सहन झालं नसत.

गाधींच्या या समझोत्याला काँग्रेसशिवाय सर्व राष्ट्रीय विचारधारावाले राजनितीज्ञांनी एक विश्वास घात म्हटले. हे म्हणणाराच्यात काँग्रेस वर्कर युथ पण सामिल होता. मुंबइच्या फ्री प्रेस जरनलनी या समझोत्याला दाशाच्या जनतेशी गद्दारीची संज्ञा देत लिहिल... ''काँग्रेस कार्यकारीणीवर विश्वासघात व हार मानण्याचा आरोप ठेवला जावू शकतो.

या सगळ्यात या समझोत्यात गांधींची भूमिका विवादास्पत रूपात समोर आली. जेथे संपूर्ण देश वीरांच्या जीवनाची रक्षा करू पहात होता देशवासियांनी त्याच्या जीवनाच्या रक्षेसाठी कोणताही असंभव प्रयत्न केला, त्यावेळी गांधीजी प्रत्यक्षात त्यांच्या जीवनाची रक्षा करू शकले असते. त्यासाठी जे प्रयत्न केले ते नाहीच्या बरोबर होते. गांधींच्या दृष्टीने केवळ काँग्रेसचे सत्याग्रहीच आणि जे

राजनितीक बंदीवान होते. एका चतूर राजनितीज्ञ असलेल्या पत्रकारांना उत्तर देताना म्हणाले व्यक्तिगत रूपात मी कोणालाही बंदीवान बनवण्यात विश्वास ठेवत नाही आणि त्यांना पण नाही, जे हिंसा करतात. हयांनी काय होत ? त्यांच हे म्हणणे ठीक आहे की जसा एखादा माणूस सावलीत बसलेला सताना उन्हातून जाणाऱ्या माणसाला म्हणेल की मला तुझ्याबद्दल कळवळा आहे. मला असं वाटत की, तू ही सावलीत यावस. आणि आनंद घ्यावा पण काय करू माझं मन इथून जायला तयारच नाही. मी तुला इथे बसवू शकत नाही. अशा चांगल्या गोष्टी सांगून उन्हात होरपळणाऱ्या लाकशी सुटका मिळाल. हयाचे अनुमान सहज लावता येऊ शकते. कदाचित आपल्याला कोणाविषयी सहानुभूती असेल तर त्याच्या दु:खाला दूर करण्यासाठी आपण काही त्याग तर करावाच लागेल. गांधीजींना आपला सिद्धांत जास्त प्रिय होता. असे सिद्धांत काय कामाचे,जे एका उच्च आदर्शासाठी लढणाऱ्या महान देशभक्तांच्या जीवाची रक्षा करू शकले नाही. वास्तविक यातून ते काँग्रेसचे भविष्य चांगले बनवू पहात होते. याप्रसंगी पत्रकारांनी त्यांना पुढे विचारले. त्यांना आपल्या जीवनातून मातृमूमिच्यासाठी सेवा देण्यासाठी सुरक्षित ठेवावे लागेल. त्यासाठी सर्वांची गरज लागेल. आणि त्यांना काँग्रेसला थोडा वेळ द्यावा लागेल. की ते अन्य सर्व राजनितीक बंदीवानांची सुटका करून त्यांची फाशीच्या शिक्षेपासून त्यांना वाचवू शकतील. ज्यांना हत्त्येच्या आरोपात दोषी ठरवून ही शिक्षा मिळणार आहे.''खरं तर याला काय म्हणू ? ज्यावेळी त्यांना फाशीच्या विळख्यातून वाचवू शकले असते आणि त्यावेळी तोच मुद्दा दाबून टाकला. आणि आता त्यांच्याच खांद्यावर बंदूक ठेवून काँग्रेस जिंकण्या साठी निशाणा साधू कहात आहे. गांधीजींच्या अशा या वर्तनाची भारतीयांनी सर्व स्तरातून निंदा केली फक्त पट्टाभिसितारामय्यांच्या सारख्या इतिहास लेखकांनी त्यांची प्रशंसा केली. उल्लेख केलेल्या विवरणातून समझोत्याच्या सर्व बाबी लॉर्ड आयर्विन आपल्या दस्तात नोंद करत होते. हे स्पष्ट होत. त्यात महात्मा गांधींचा उपाय ही आहे. त्यानुसार गांधींनी फाशीच्या शिक्षेचा मुद्दा फक्त एकदाच काढला होता. गांधींच्या या वक्तव्याने पण ही बाब सिद्ध होते परंतु पट्टाभिसितारामय्यांनी लिहिले आहे की....

गांधी आणि आयर्विन यांच्यात भगतसिंगांच्या फाशीची व त्याच्या साथिदारांच्या शिक्षेसंदर्भात बरेच वेळा चर्चा झाली.

इथे ही एक लक्षात घेण्यासारखी गोष्ट आहे की, पट्टाभिसितारामय्या एक

प्रसिद्ध गांधीवादी काँग्रसी नेते होते. गांधींची त्यांच्यावर जास्त कृपादृष्टी होती. त्याच प्रमाणे सुभाषचंद्र बोस यांना काँग्रेस अध्यक्ष पद मिळाल्यानंतर मिळाले. या निवडणुकीत दोन व्यक्ती उभ्या होत्या. एक पट्टाभिसितारामय्या आणि दुसरे सुभाषचंद्र बोस. नेताजी निवडून आल्यावर गांधीजींनी काँग्रेस कार्यकारिणीत त्यांच्या मर्जितल्या व्यक्ति ठेवाव्यात एवढंच नाही तर त्यांनी असंही सांगितलं पट्टाभिसितारामय्यांची हार म्हणजे माझी होर आहे. गांधींच्या अशा वर्तनाने दुःखी होऊन सुभाषचंद्र बोस यांनी राजिनामा दिला. त्यांनी काँग्रेसलाच सोडून दिल. शेवटी पट्टाभिसितारामय्या गांधीजींचे अंधभक्त होते. वास्तविक आजाद हिंद फौजेचे जनरल मोहनसिंग यांची गोष्ट सत्य होती. की जर गांधींनी भगतसिंग व त्याच्या साथिदारांना वाचवू शकले असते. तर क्रांतिकाऱ्यांच्यात एक नवशक्ती आली असती. जी काँग्रेसच्या हिताची नव्हती ती गोष्ट गांधींनी कधीच मानली नसती. गांधींनी आयर्विनला स्वत: सांगितले होते की जर कोण्या क्रांतिकाऱ्याला फासावर चढवायचेच असेल तर कराचीतल्या काँग्रेस अधिवेशनाच्या आधी चढवावे. तरच चांगल होईल याचा उल्लेख डॉ. पट्टाभिसितारामय्या यांच्या भारतीय राष्ट्रीय काँग्रेस या पुस्तकातील भाग १ मध्ये आहे. गांधींसारख्या राष्ट्रीय नेत्याच्या तोंडी ही भाषा शोभत नाही.

काय गांधींना क्रांतिकाऱ्यांच्या बाबतीत कोणतीही सहानुभूति नव्हती?काय ते यांनाच प्रतिस्पर्धी समजत होते. का अशा या देशभक्तांच्या तुलनेत गांधींची तत्वे सगळ काही होत.?हे असले प्रश्न वादविवादाचे विषय झाले असते. पण सत्य हेच आहे की भारतीय स्तरावर भगतसिंग,राजगुरू व सुखदेव यांचे स्मारक बनवताना, गांधीजींचा सहयोग मागितला होता. पाठींबा देण्याचे सोडाच पण त्यांनी अशा प्रकारच्या आयोजनाला संबंध नसल्याचे सांगितले व त्याला स्पष्ट नकार दिला. कमिटीच्या महामंत्र्यांनी त्यांना पत्र लिहिले.

प्रिय मित्र,

आपले ३१ जूनचे पत्र मिळाले. मी आपल्या विचारांशी सहमत नाही. ज्यावेळी कोणाच्याही सन्मानास स्मारक बनवल आहे तर त्याचा नि:संदेह अभिप्राय असा असतो की त्यांच्या स्मरणार्थ त्यांच्या पदचिन्हावर इतरांनी चालावे ज्यांची आठवण म्हणून त्यांच्या कार्याचा येणाऱ्या पिढीला एक आमंत्रणच आहे. म्हणून या स्मारक संबंधात कोणत्याही रूपाने संबंध ठेवण्यास असमर्थ आहे.

भगतसिंग व त्यांच्या साथिदारांना भेटण्यासाठी अनेक दिग्गज नेते गेले होते. त्यात पं.मोतीलाल नहरू,डॉ.किचलू,पं. जवाहरलाल नेहरू ,राजर्षी पुरूषोत्तम दास टंडन ,डॉ. गोपीनाथ भार्गव यांची नावे विशेष उल्लेखनिय आहेत. महंमद अली जिना पर्यंत क्रांतिकाऱ्यांविषयी सर्वांना सहानुभूती होती. महामहोपाध्याय मदन मोहन मालवियांनी तर व्हॉइसरायना याचना केली होती. पण गांधींनी या विषयी नेहमी मौनच बाळगले. गांधींच्या अशा व्यवहाराने काँग्रेस वर्कर युथ, ट्रेड युनियन व अकालीदल यांच्या मनात फार राग होता. गांधी आयर्विन यांच्यातील करारनामा भारतीय बजेट गॅझेट मध्ये प्रकाशित झाल्याच्या दुसऱ्या दिवशी ७ मार्च १९३० ला दिल्लीत एक सभा बोलावली होती. त्यात या दलांनी आपले विचार प्रकट करणारी पत्रक वाटली होती त्यात गांधींच्या या असल्या विचारांची निंदा केली-

आज शांती कोठे आहे मातांच्या हृदयाचा ठाव घ्या ज्यांची मुले गोळ्या झेलून शहीद झालेत किंवा फाशी घेण्यासाठी काळ्या कोठडीत वाट बघत आहेत. त्यांच्या पत्नींना विचारा की त्यांना विधवा बनवून सोडून दिलय का विदेशी नोकरशहांच्या कैदेत आजन्म कारावास भोगत आहेत. का आपण शहीदांचे उत्तरदायित्वाला विसरलात? काय आपण ह्या पवित्र समझोत्याचे भागीदार व्हाल ? हे एक कटू सत्य आहे. की आम्ही भारतीय नेहमी व्यक्तिपूजा करत आलोत म्हणून आम्ही गांधींना पूज्य मानले. आमच्यातील बरेचसे लोक त्यांचे अंधश्रद्धाळू आहेत. त्यांची निंदा करण्यात आपला अपमान समजतात.? सार ज इकडचे तिकड झाले तरी सत्य हे सत्यच राहाते. जो पर्यंत माणूस स्वार्थ किंवा पूर्वग्रहांनी मुक्त होत नाही तो पर्यंत त्याला सत्य दिसत नाही. सत्य त्याला डोळ्यांनी दिसतच नाही. सत्यावर नेहमी पडदा पडलेला असतो. ज्यावेळी मनुष्य ज्या विषयाप्रती ज्या विषयात त्याला निर्णय घ्यायचाच त्याचवेळी त्याला सत्य दिसतं. जसा एक न्यायाधिश आपले परके, मत मतांतर या गोष्टी सोडून मुक्त होऊन त्या गोष्टीकडे बघेल अनेक प्रकारचे स्वार्थ किंवा पूर्वग्रहांपासून मुक्तहोत नाहीत.

अद्याप गांधी एक युगपुरूष राहिले आहेत. ते एक पूर्ण मानव होते.भारतीय इतिहासात त्यांना एक मानाचे स्थान आहे. त्यांचा सत्य,अहिंसेचा मार्ग ही एक उदात्त भावना आहे. तसेच इतिहासाची उपर्युक्त दोन घटनांना स्वतंत्र विचार करणारे भारतीय त्यांना कधीच क्षमा करणार नाहीत. पहिली गांधी-आयर्विन करारात भगतसिंग,राजगुरू व सुखदेव च्या बरोबर न्याय केला नाही. आणि दुसरी सुभाषचंद्र

बोस यांना काँग्रेस अध्यक्षपदावरून सोडण्यास राजिनामा देण्यास भाग पाडणे यातील पहिल्या घटनेत कराचीला जाणाऱ्या रेल्वेस्थानकातच नौजवान सभेच्या सदस्यांनी त्यांच्या विरोधात घोषणा दिल्या. ''गांधी वापस जाओ.'' ''गांधीवाद मुर्दाबाद'' ''गांधींच्या कराराने भगतसिंहांना फाशी दिली आहे.''

''भगतसिंग झिंदाबाद''!

* * *

(९)
सूर्यास्त

मागील अध्यायातील वर्णनावरून हेच स्पष्ट होते की भगतसिंगांच्या जीवाची रक्षा करण्यासाठी प्रत्येक भारतीयाचा प्रयत्न सफल झाला नाही. तसच गांधी आणि आयर्विन च्या कराराने फाशी देण्याबाबत स्पष्ट केल आता तेव्हापासून

ते मृत्यूला कवटाळण्यासाठी एका बहाद्दूर देशभक्ता प्रमाणे फाशी देण्याची वाट पहात होते.

घरच्यांची शेवटची भेट :

ज्यावेळी भगतसिंग तुरूंगात होते त्यांच्या परिवारातले लोक त्यांना भेटत असत परंतु या भेटीत आणि ३ मार्च १९३१ च्या भेटीत जमीन आस्मानाचे आंतर होते. मागील भेटीत घरच्यांच्या मनात कुठल्या तरी कोपऱ्यात असणाऱ्या क्षीण आशा होत्या. त्यांच्या मनात एखादवेळेस फाशीची शिक्षा बदलण्याची आशा होती. पण आजची भेट शेवटची होती.निर्वाणीची वेळ होती. या दिवशी त्यांचे आई-वडील, काका-काकू, मामा-मामी,छोटे भाऊ -बहीण आले होते. आजी-आजोबा पण होते. दादाजी सरदार अर्जुनसिं सर्वात व्याकूळ भावू क झाले होते.ते भगतसिंगांसमोर गेले त्यांनी आपल्या नातवाच्या डोक्यावरून अत्यंत प्रेमाने हात फिरविला. काही बोलण्याचा प्रयत्न केला पण त्यांची जीभ धजावत नव्हती. ओठ थरथरत होते.गळा भरून आला.त्यांच्या साठी नातवाजवळ राहाण कठीण झाल होत ते तेथून बाजूला झाले. त्यांच्या हृदयातील व्याकुळता डोळ्यातून अश्रूंच्या धारांनी वाहू लागली.त्यांच्या या दु:खाचा केवळ अंदाज घेता येऊ शकत होता. कारण की जस सावकाराला मुद्दलापेक्षा व्याज अधिक प्रिय असत तसच आजोबांना त्यांचा नातू प्रिय असतो.

छोटे बहिण भाऊ हसत हसत भेटले. नंतर आई विद्यावतीशी बोलणं झालं. त्यांनी आईला सांगितल आइ'! आजोबा आता जास्त दिवस नाही जगणार ,तू बंगा ला जाऊन त्यांच्याजवळ रहा त्यांची सेवा कर.ज्याप्रमाणे जिजाऊंनी

शिवाजीमहाराजांना कर्तव्याचे शिक्षण दिले तसच शिक्षण भगतसिंगांच्याआईने त्यांना दिलं त्यांच्या मनाला एकाच गोष्टीची चिंता होती. शेवटच्या क्षणात भगतसिंग मृत्यूला घाबरणार तर नाही ना ? शेवटी त्यांनी सांगितल –बाळा, आपल्या गोष्टींवर ठाम रहा. एक ना दिवस सगळ्यांना मरायचेच आहे. जे सार जग बघेल, ज्याच्या मृत्यूने सगळे रडतील त्याचच मरण सफल होईल. मला गर्व आहे की, माझा मुलगा श्रेष्ठ आदर्श आणि कार्यासाठी आपले प्राण त्याग करीत आहे. मी माझ्या काळजातून सांगते की ज्यावेळी तू फाशी चढशील त्यावेळी ''इन्कलाब झिंदाबाद ''ची घोषरा देत रहा. तुझे काम त्यानी थांबणार नाही तर पुढे चालत राहील.

खरोखर, विद्यावती, आई, एक वीर भारतीय माता आहे. शेवटी अशा वीर मातेचा पुत्र भगतसिंग सारखाच असणार. त्याचे हे देशप्रेम आणि स्वाभिमान अशा प्रकारच्या एका वेगळ्याच मातेत पहायला मिळतो. काय एखादी साधारण आई आपल्या पोटच्या मुलाला असा उपदेश देईल ?

त्यानंतर भगतसिंगांची आपल्या पित्याबरोबर बोलणी झाली. आम्हाला एका पित्याचा पुत्र स्नेह व भगतसिंगांची मृत्यू प्रति निर्भिडता दिसली.

पिता:- मुला! एखादे वेळेस परत एकदा भेट होईल.

भगतसिंग: आपण काय ऐकल आहे?

पिता: हा

भगतसिंग : काय?

किशनसिंग : तुझी, राजगुरू, सुखदेव यांची फाशी बदलली नाही. गांधी आयर्विन च्या करारानुसार फक्त काँग्रेसी बंदीवान सुटतील कोणताही क्रांतिकारी बंदीवान सुटणार नाही. व्हॉइसरायना वाटल तर ते आपल्या अधिकाराचा प्रयोग करून शिक्षा बदलू शकतात. पण ते असं करण्यास राजी नाहीत.

भगतसिंग: मी पहिल्यापासून म्हणतोय, की आमची शिक्षा कोणीही बदलणार नाही. फाशीचा फास आमच्या गळ्यात पडणारच आहे. यात काही नविन नाही.

पिता: मी काही वेगळच ऐकलय.

भगतसिंग: ते काय ?

पिता: महात्मा गांधींनी सांगितले आहे की या तीन नौजवानांना फासावर चढवायचे असेल तर ते काँग्रेस अधिवेशनाच्या आधी व्हायला पाहिजे.

भगतसिंग: हे अधिवेशन केव्हा होणार आहे?

पिता: या महिन्याच्या शेवटी.

भगतसिंग: ही तर चांगली बातमी आहे. उन्हाळा येणार आहे मी तर त्या काळकोठडीतल्या आगीत जळून मरणं जास्त चांगल समजतो. मी परत भारतात जन्म घेईन. काय सांगाव परत एकदा ब्रिटीशांबरोबर झुंज द्यावी लागेल. माझा भारत नक्की स्वतंत्र होईल.

यानंतर वडिलांनी त्याला हिंमत न सोडण्याचा सल्ला दिला.भगतसिंगांनी आपल्या लहान बहीण भावाला धीर न सोडण्यास सांगितले. तसच आवश्यकता पडल्यास देशासाठी सेवा करण्यात कुचराई करू नका आणि शेवटी आईला बोलावून सांगितले- ''माझ शव घेण्यास तू येऊ नकोस. कुलवीर ला पाठव जर तू रडायला लागलीस तर म्हणतील भगतसिंगची आई रडत होती. एवढ म्हणून ते मोठमोठ्यांनी हसायला लागले. तुरूंगातील त्यांच्या अशा मस्ती आणि अल्लडपणाला पाहून स्तंभीत झाले. मृत्यू एवढ्या जवळ असताना त्यांचा असा व्यवहार होता की, जस काही झालच नाहीये. इतक धैर्य,इतके साहस हे सामान्य माणसात दिसत नाही. त्यानंतर त्यांच्या परिवारातील सर्वांना निरोप दिला. शेवटचा निरोप अगदी परत न मिळण्यासाठी, ही त्यांच्या परिवाराचा अखेरचा निरोप होता. त्यानंतर त्यांच्या घरातले फाशी झाल्यानंतर ही पाहू शकले नाहीत. त्यांचा भाव असाच होता.की तो भगतसिंगांचे मृत शरीरच पाहू शकतो. भगतसिंगांनी पण हाच विचार केला म्हणूनच त्यांनी भावाला शव आणण्यासाठी सांगितले होते. पण त्यांनी एवढा विचार केला होता की, ब्रिटीश सरकार हे ही होऊ देणार नाहीत.

फाशीच्या आधी :

शेवटी २३ मार्च १९३१ हा काळा दिवस उगवला, ज्यावेळी या तीन वीरांना फाशी दिली जाणशर होती भगतसिंगांनी तुरूंगातच आपल्या लेनीनच्या चरित्राची मागणी केली. मोकळ्या वेळेत पुस्तकच त्यांचे दोस्त होते ते लेनिन चे चरित्र वाचण्यात दंग झाले होते. एकदम निश्चिंत,भय आणि व्याकुळता यातील त्यांच्या चेहऱ्यावर काहीच चिन्ह नव्हते. परंतु तुरूंगाधिकारी खान बहादूर मोहमद अकबर याच्या मनात आणि डोक्यात वादळ उठले हेते.त्यांचा असा विचार असावा. देव करो आणि भगतसिंग वाचावे. आपले हात नोकरीने बांधले नसते. त्यांच्या समोर सारखे वीरांचेच चेहेरे येत होते. मनाची चलबिचल होत होती. एकच वादळ उठायच. लाव्हा रसाच्या स्फोटासारखे स्फोट झाल्याचा भास व्हायचा. ज्याला कोणीही पाहू

शकत नाही. तो स्वतः सुद्धा पण त्याचा तो अनुभव घेत होता. एक असा अनुभव ज्याला शब्दात सांगू शकत नाही. दुपारच्या वेळेस सूर्य मध्यान्हाला झाला होता. काही वेळापूर्वी भगतसिंगांनी रसगुल्यांची मागणी करून खाल्ले होते. त्याचवेळी तुरूंगाच्या सहाय्यक अधिकाऱ्यांनी कैद्यांना आपआपल्या खोलीत जाण्यास सांगितले तस संध्याकाळीच कैद्यांना पुन्हा कोठडीत जाण्यास सांगतात. पण आज अगदी सूर्य डोक्यावर असताना सांगितल म्हणजे याचा अर्थ होतो की सर्वजण आपआपल्या अकलेचे घोडे दवडत होते.त्याचवेळी तुरूंग अधिकारी महंमद अकबर नं १४ च्या कोठडी समोर जाऊन उभे राहिले. सर्व कैदी त्यांच्याकडे बघू लागले. जसं त्यांना विचारायचय की, काय झालं? पण त्यांना पाहून कोणाचेही धाडस झाले नाही. त्यांना पाहून तेच कोणत्यातरी तणावाखाली असल्याचे जाणवले. पण काही तरी होत की त्यांना ते आतल्या आत खद्खद्त होते. तो कोणत्याच निर्णयाप्रत पोहोचू शकत नव्हता. कैद्यांकडे पाहून एवढंच त्यांच्या तोंडातून निघाले की त्यांना बंदीवान करायचे नाही. भले मग काहीही होवो. त्यासाठी काहीही करायला लागले तरी चालेल. एवढं म्हटल्यावर जसे आले तसेच परत गेले. कैद्यांनीही काही काही अंदाज बांधले होते. सर्वजण आत गेले. खरोखरच आज भरदिवसा सूर्यास्त झाल्यासारखे वाटले.

संध्याकाळी ५ वाजता सर्वजण कोठडीत गेले. सगळ्यांची हजेरी झाली. त्या तीन वीरांना कोठडीत आंघोळ घालण्यात आली. तस त्यांना तीन वाजता फाशी देण्याचे सांगण्यात आलं होत. या तुरूंगात एक चीफ वार्डन होता. चतरसिंग जो सेनेचा भूतपूर्व हवालदार होता. तो एक मधूरभाषी व धार्मिक स्वभावाचा होता. ज्यावेळी त्याला समजलं की भगतसिंगांना फाशी देणार आहेत तो धावत भगतसिंगांकडे गेला. आणि म्हणाला "बेटा!आता शेवटी शेवटची वेळ आली आहे मी तुझ्या वडिलांप्रमाणे आहे. माझी एक गोष्ट ऐक...."

"सांगा काय हुकूम आहे? त्याच मिष्किलीने भगतसिंगांनी विचारले. माझी एकच इच्छा आहे, विनंती आहे. आपण या शेवटच्या वेळेला वाहे गुरूंचे नाव घ्या. आणि गुरूवाणीचा पाठ करा. हा घ्या गुटका तुमच्यासाठी आणलाय" त्यावर भगतसिंग हासून म्हणाले. आपली इच्छा पूर्ण करण्यासाठी मला काहीच अडसर येऊ शकत नाही. जर आपण काही वेळापूर्वी म्हणाला असता. आता तर शेवटची घटीका आली आहे. तर मी परमात्मयाची आठवण करू. तर तो म्हणेल की

भगतसिंग घाबरट आहे.उभ्या आयुष्यात माझी कधी आठवण केली नाही. आता मृत्यू समोर दिसू लागला तेव्हा माझी आठवण करतोस. म्हणून जसा मी पहिल्यांदा जगत होतो त्याच प्रकारे मला या जगातून जाऊ दे. मी नास्तीक असल्याचा आरोप बरेचजण लावतील आणि मी परमात्म्यात विश्वास ठेवत नाही. पण हे कोणी म्हणू शकणार नाही. की भगतसिंग घाबरट आणि बेईमान पण होता. शेवटी वेळेलाच मृत्यू समोर पाहून त्याचा पाय लटपटू लागले.

यावेळी ते लेनिनचे चरित्र वाचत होते. त्याचवेळी तुरूंग अधिकारी आले आणि म्हणाले ''सरदारजी फाशीचा आदेश आला आहे आपण तयार असावे.

त्यांची नजर पुस्तकावरून हटली नाही. वाता वाचता ते म्हणाले थांबा! एक क्रांतिकारी दुसऱ्या क्रांतिकाऱ्याला भेटत आहे. थोडा वेळ ते पुस्तक वाचून झाल्यावर पुस्तक अस वर भिरकावल आणि म्हणाले. चला! आणि ते कोठडीच्या बाहेर गेले.फाशीस्थानाकडे जाण्याअगोदर तुरूंग अधिकाऱ्यांनी या तीन वीरांना भगतसिंग,राजगुरूव सुखदेव यांना तुरूंग नियमानुसार काळे कपडे घालण्यास सांगितले त्यावर भगतसिंग म्हणाले मी कोणी चोर, दरोडेखोर, लुटेरा, डाकू,खुनी किंवा कोणी मामुली अपराधी नाही. मी एक राजनितीक कैदी आहे. एक क्रांतिकारी आहे. त्यावर चीफ वॉर्डन व उपअधिक्षकांना काही बोलण्याची हिम्मत झाली नाही. शेवटी त्यांनी पोलीसांना व अधीक्षकांना रिपोर्ट पाठवला. त्यावेळी तुरूंगअधिकारी अकबरखान त्यांच्या जवळ गेले त्यांनी त्यांना विनती केली आता जीवनाच्या शेवटी असा हा प्रकार काही करू नका. त्यावेळी भगतसिंगांनी त्यांची गोष्ट मानली.

तीन क्रांतीकारी कोठडीच्या बाहेर गेले त्यांनी एकमेकांना बतघतले. आणि तिघांनी आपली शेवटची गळाभेट घेतली. काय काळाचा क्रुर घाला होता. कि ज्यांना फाशी जायचय ते हसत होते.दुःखाचा लवलेश ही त्यांच्या चेहऱ्यावर नव्हता. ते छाती फुगवून मजेत चालत होते. पण तुरुंग अधिकाऱ्यांच्या चेहऱ्यावर दुःख आणि अवसान गळाल्याच स्पष्ट दिसून येत होत. भगतसिंग मध्ये होते उजव्या बाजूला राजगुरु, डाव्या बाजूला सुखदेव. भगतसिंहांच्या दोन्ही हातात दोघांचे हात होते. तिघे जण मृत्यू पासून अलिप्त वाटत होते. ते नाचत गात होते.

दिल से निकलेगा न मरकर वतन की उलफत !

मेरे मिट्टी से भी खुशबु ए- वतन आयेगी।

सारे वातावरण गंभीर होत होतं. पण या देशभक्तांच्या चेहऱ्यात एक वेगळीच चमक होती. त्यावेळी भारत मातेचे सुपुत्र तुरुंग अधिकारी व कर्मचाऱ्यांनी घेरुन पुढे चालत होते. व त्या महाप्रयाणाच्या दिशेने, फाशीचा फास आपल्या गळ्यात अडकविण्यासाठी -

महाप्रयाण व अंतिम क्रिया :

संध्या ६.३५ मि . हे सर्व तिघेजण फाशी देण्याच्या जागेवर पोहचले. त्यावेळी तुरुंग अधिक्षक, आय. जी. पोलिस, डेप्यु. कमिशन,लाहोर व आय.जी. तुरुंग हे ही उपस्थित होते. तीनही वीर आपल्या बलशाली आवाजात घोषणा द्यायला लागले. 'इन्कलाब झिंदाबाद' 'ब्रिटीश साम्राज्याचा नाश हो.' 'राष्ट्रीय झंडा उंचा रहे' 'डाऊन- डाऊन यूनियन जॅक' या घोषणा इतर कैदीपण ऐकत होते. तेव्हा त्यांनी अंदाज केला की ह्या तीन महान क्रांतिकारकांची महाप्रयाणाची वेळ आली तेव्हा त्यांनी आपापल्या कोठडीतून मोठमोठ्याने घोषणा द्यायला सुरुवात केली. व त्यांच्या घोषणांना दुबार घोषणेने सर्वांना श्रद्धांजली वाहिली.

ज्यावेळी ते तिघेजण फाशीस्थानाच्या जवळ पोहचले. त्यावेळी फाशीच्या नियमानुसार डेप्यु. कमिशन तेथे उभे होते.भगतसिंहांना त्यांच्या साथीदारांना हातकड्या घातल्या नव्हत्या. कारण तुरुंगअधिकाऱ्याला त्यांनी आधीच सांगितलं होतं आम्हाला हातकड्या व काळी कानटोपी घालू नये. तुरुंग अधिकारी ही त्यांची शेवटची इच्छा पूर्ण करण्यास तयार होते. परंतु यावेळी असा प्रकार पाहून डेप्यु. कमिशनर, एकाएकी अचंबित झाला. त्यावेळी तुरुंगअधिकारी मोहमंद अकबर नी त्यांना सागितलं, व त्यांना विश्वास दिला की, ते काहीही करणार नाहीत.

फाशीच्या चबुतऱ्यावर चढण्यापूर्वी भगतसिंहांनी ब्रिटीश डेप्युटी कमिशनर ला संबोधून म्हणाले, " न्यायाधिश, तुम्ही भाग्यशाली आहात. जे आज तुम्हाला हे बघायला मिळतय, की भारतीय क्रांतिकारी कशा प्रकारे प्रसन्न मुद्रेने आपल्या सर्वोच्च आदर्शासाठी मृत्यूला पण कवटाळताहेत.

नि:संदेह जीवनाच्या शेवटच्या क्षणांत सुद्धा अशा प्रकारच्या आर्दशावर अडून राहणारे भगतसिंह यांचे हे वक्तव्य ऐकून प्रभावित झाल्याशिवाय राहीले नाहीत. न्यायाधिशाला एवढं सांगितल्यावर ते फासाच्या चबुतऱ्यावर चढू लागले. तीन फास टांगले होते. येथे ही तिघेजण मध्ये भगतसिंग, उजव्या बाजूला राजगुरु व डाव्या बाजूला सुखदेव उभे होते. त्या तिघांनी गरजणाऱ्या आवाजात घोषणा

दिल्या.

'इन्कलाब झिंदाबाद' 'साम्राज्यवाद मुर्दाबाद'

तिघांनी फासाकडे पाहिले आणि हसले.त्याचा मुका घेतला. फास गळ्यात घालून घेतला जणू काही रणांगणांवर जाताना फुलांच्या माळा घालत आहे. भगतसिंहांनी जल्लादला फास नीट करायला सांगितला. एखाद वेळेस त्यांनी हे शब्द पहिल्यांदा ऐकले असावेत. साधारण कैद्यांचे चबुतऱ्यावर चढताना पाय डगमगायला लागतात. पण भगतसिंह फांस नीट करायला सांगत होते. जल्लाद नी फास नीट केला आणि चक्र फिरवलं. चबुतरा हटला आणि हे तीनही वीर मातृभूमीच्या वेदीवर शहीद झाले. भारतभूमीच्या स्वतंत्रेसाठी लढण्याऱ्या एका चमकत्या सूर्याचा कायमचा अस्त झाला.

सरकारी तारखेनुसार ही फाशी संध्या ७ वाजता दिली जाणार होती. श्री. मन्मथनाथ गुप्ताने लिहीले आहे की, ही फाशी ७ वाजून १५ मि. दिली गेली. काही दुसऱ्या पुस्तकात ही वेळ ७.३० वाजता किंवा ७.२३ मि. लिहीले आहे. या ठिकाणी विशेष ध्यान देण्यासारखी गोष्ट आहे की, सामान्यपणे फाशी सकाळी दिली जाते. पण भगतसिंहांच्या प्रकरणात ह्या नियमाचे पालन करण्यात आले नाही. त्यानां रात्री फाशी दिली. फाशी दिल्यानंतर त्या व्यक्तीचे मृत शरीर त्यांच्या घरच्या लोकांकडे सोपविण्यात येते परंतु त्यांच्या घरच्या लोकांना या गोष्टीची साधी कल्पनाही देण्यात आली नव्हती, की आज त्यांना फाशी होणार आहे. ह्याहून अधिक कपटी कारस्थान ते काय असेल? म्हटलं जातं की या वीरांचे छोटे छोटे तुकडे करून दिले व त्या तुकड्यांना एका गोणीत भरून टाकलं. परंतु आपल्या ह्या नीचकार्यांनी ब्रिटीश सरकार स्वत: एवढं घाबरलं कीं याचा अंदाज लावता येतो.

ह्या गोष्टी तुरुंगाच्या मुख्य दरवाजाबाहेर आणण्याची हिम्मतच झाली नाही. ब्रिटीश स्वत: अपराधी होते. पण सत्य हे होतं की, या वीरांचा काहीच अपराध नव्हता. आपल्या मातृभूमीसाठी आणि तिच्या स्वातंत्र्यासाठी संघर्ष केला तर कोणता अपराध झाला. ते विदेशी इंग्रजांना देशाबाहेर घालवणार होते. त्यासाठीच त्यांना फाशी दिले. तुरुंगाच्या कोणत्या तरी मागील दरवाज्याने ह्या गोणींना बाहेर नेण्यात आलं. प्रसिद्ध क्रांतिकारी श्री. मन्मथनाथ गुप्तांनी लिहीलं आहे - ज्या ह्या भयाने त्यांच्या शवांना तुरुंगातून बाहेर घेऊन गेले. तर असंही झालं असेल की

क्रांतीकाऱ्यांना कोणी लपून पाहू शकेल. तुरुंगाची मागील भिंत तोडून शवांना ताबडतोब जाळण्यासाठी फिरोजपूरला नेण्यात आले.

हे सगळं काम रात्रीच्या रात्री उरकण्यात आले. इथे लाहोर तुरुंगात हे सगळं घडत होतं. तेथे भगतसिंहाचे पिता लाहोरातच मोरी दरवाज्याच्या समोरील मैदानात भाषण ऐकत होते. तिथेच त्यांना कोणीतरी फाशी दिल्याची बातमी दिली. ह्यावर त्यांच्यामागून काही माणसं गेली. पण त्यांचा जाणं निष्फळ ठरलं. तुरुंगाचा ट्रक अगोदरच रवाना झाला होता. हा ट्रक प्रथम कसूरला पोचला. सगळं ठरलेल्या योजनेप्रमाणे झालं होतं. तेथून एका शिख ग्रंथीला व एका हिंदू पंडिताला बरोबर नेलं होतं. ते फिरोजपूर जवळ सतलज नदीकाठावर पोहोचले. ट्रकमधून शवांच्या गोणी उतरवल्या गेल्या. नंतर मध्यरात्री त्यांच्या गोणीवर घासलेट ओतून आग लावण्यात आली. म्हणजे त्यांची शव लवकर जळतील.

शव जळू लागली. प्रचंड अग्नी साऱ्या वातावरणात तांडव करीत होता. बरोबर आलेले इंग्रज अधिकारी म्हणाले, '' मी आता जातो.ज्यावेळी हे जळून जातील त्यावेळी त्यांची राख नदीत टाकून द्या. '' त्यांच्या जाण्यानंतर बाकी सर्व जण एखादवेळेस घाबरले असावेत. त्यांनी अर्धवट जळालेले तुकडे लवकरात लवकर नदीत टाकून दिले. पोलिसांना यातून काय मिळणार . त्यांनी बादलीतून पाणी घालून राखेला नदीत विसर्जन केले. ज्या ठिकाणी चिता जाळल्या होत्या. त्या ठिकाणी वाळू आणि माती ओतून सारख्या करण्यात आल्या.

तो पर्यंत जवळच्या गावातील गावातील लोकांना याची बातमी लागली. ते हातात मशाली घेऊन सतलज नदीच्या काठावर धावत सुटले. मशाली आपल्याकडे येत आहेत हे पाहून शवांना जाळण्यासाठी आलेले तुरुंग कर्मचारी सर्वजण ट्रकमधून पळून गेले. गावकऱ्यांची गर्दी तेथे पोहोचली.

एखाद वेळेस ती सर्व प्रेतं बरोबर जळाली नसतील असा त्यांना असा त्यांना विश्वास वाटत होता. श्री. मन्मथनाथ गुप्त यांच्या नुसार प्रेतांना नदीतून बाहेर काढलं व पूर्ण नियमानुसार त्यांचा अंत्यविधी करण्यात आला.

दुसऱ्या दिवशी सकाळपासूनच लोकांची गर्दी व्हायला सुरवात झाली.व ते स्थान भारतीयांसाठी तीर्थस्थान बनले. ज्यांच्या हातात माती, धूळ, रक्ताने माखलेले दगड किंवा हाडांचे तुकडे लागले ते त्यांनी उचलले.

इंग्रज सरकारनी दुसऱ्या दिवशी अनोपचारिकता पूर्ण करण्यासाठी

आपल्याकडून एक सुचना जनतेला दिली. लाहोरच्या जिल्हाधिकाऱ्यांनी भिंतीवर २४ मार्च ला खालील मजकुरांची भित्तीपत्रके चिकटवण्यात आली.

'जनतेला सूचित करण्यात येते की, भगतसिंह, सुखदेव व राजगुरु यांना काल दि. २३ मार्च ला संध्याकाळी फाशी देण्यात आले आहे. तुरुंगाबाहेरील सतलज नदीच्या घाटावर शिख व हिंदूच्या पद्धतीने त्यांचे अंतिमसंस्कार केले गेले. नंतर त्यांच्या अस्थिंना नदीच्या पाण्यात सोडून देण्यात आले.

दुसऱ्या दिवशी ही बातमी संपूर्ण देशात पसरली.

फाशीवर देशाची प्रतिक्रिया :

ह्या बातमीने साऱ्या देशात एक वादळ उठले. साऱ्या देशात २४ मार्च हा शोक दिवस पाळण्यात आला. सारा देश शोकाकुल झाला. लाहोरमध्ये प्रशासनाने युरोपियन स्त्रियांना दहा दिवस घराबाहेर पडण्यास बंदी केली. मुंबई, मद्रास व कलकत्ता येथील वातावरण चिंताजनक झालं. कलकत्त्यात सशस्त्र पोलिसांची गस्त घालण्यात आली. तरीपण मिरवणूकांवर त्यांना नियंत्रण घालता आले नाही. जागो जागी त्यांची पोलिसांबरोबर लढाई झाली. किती तरी लोक मारले गेले. त्यापेक्षा जास्त लोक जखमी झाले आणि पकडले गेले.

क्रांतिकारकांच्या चितेचे काही अवशेष जयदेव गुप्ता व बीबी उमरकौर यांनी लाहोर ला आणले. त्यांची मिरवणूक काढली.हजारोंनी त्यांच दर्शन घेतलं. साऱ्या देशातील वर्तमान पत्रात ह्या महान आत्म्यांना श्रद्धांजली वाहून लेख लिहिण्यात आले. व जागोजागी शोक सभा झाल्या सरकारची क्रूरता व गांधी आर्यविंन समझोत्याची कडवट निंदा केली.

या शोकपूर्ण वातावरणात लाहोरच्या ट्रिब्यून ने लिहील- भारतात ब्रिटीश सरकारनी काही चूका केल्या आहेत. ते महत्त्व आणि गंभीरताच्या दृष्टीने समान आहे. जे भगतसिंह राजगुरु व सुखदेव यांचा मृत्यूदंड बदलू शकले नाहीत.

लाहोरच्या उर्दू वर्तमानपत्र पयाम मध्ये ३ एप्रिल १९३१ रोजी लिहिल-

भगतसिंह, राजगुरु व सुखदेव यांना फाशी देण्यात आलं. फक्त ३ जीव गेले. पण त्यांच्यावर २३ करोड हिंदुस्थानीयांचे प्रेम होतं. त्यांचा खून करून ब्रिटीश सरकार ने हिंदुस्थानच्या मर्दानी ला ललकारी दिलीय. जर हिंदुस्थानाने ह्या ललकारी चा स्वीकार केला तर इंग्लंड चे भविष्य अंध:कारमय आहे आणि जर ते ह्याचा स्वीकार केला तर आपल्या भविष्य पासून हात धुवावे लागतील. शहीदांनी

आपल्याला त्यांच्या हौतात्म्याने एक वेगळा रस्ता दाखवला आहे. आपल्याला त्यांनी दाखवलेल्या रस्त्यावरून जायला पाहिजे. इंग्लंड ने साऱ्या हिंदुस्थानच्या विनंत्या फेटाळून लावल्या. त्याचं उत्तर हुंदके आणि अश्रूंनी नाही द्यावं लागत. कारण ते कमकुवतीच हत्यार आहे. हे शैतानी सरकार आहे. ब्रिटीशांकडे दयानीती, मानवता, आणि उदरामतवादी पणा नाही जे फक्त जोराच्या पुढे झुकणारे आहे. तुमच्यात ताकद आहे. त्याचा उपयोग करा ब्रिटीशांच्या साम्राज्याचा सर्व बाजूंनी म्हणजे बहिष्कार करा, ब्रिटीश बेईज्जत होऊन तुमच्या पायाशी लोळण होईल. आणि त्यांना शहिदांच्या रक्ताची किंमत मोजावी लागेल. भगतसिंहांच्या रक्ताची किंमत त्यापेक्षा कमी नाही, की हिंदुस्थान स्वतंत्र व्हावा, कारण, हिंदुस्थानच्या आजादीसाठी त्यांनी त्यांचे प्राण पणाला लावले. जर पुरा स्वतंत्र पार्शियाचा खून एक साधारण ब्रिटीशांच्या खुनाची किंमत मोजू शकत नाही तर गुलाम भारताच्या कर्तव्यदक्ष मुलांवर पोलिस अधिकाऱ्याच्या खूनाचा आरोप होता तर त्या खुनाला कसं माफ करता येईल? पण एका इंग्रजाचा जीव एवढा किंमती आहे तर काय हिंदुस्थान भगतसिंह, राजगुरु व सुखदेव यांची किंमत कमी समजतो? ज्यांच्या रोमारोमात देशभक्ती व शुद्ध आदर्श भरलेले होते. ब्रिटीशांनो याचं उत्तर काम करून द्या. शब्दांनी नाही. हिंदुस्थान या तीनही शहीदांना ब्रिटीशांच्या वर समजतो. जरी आम्ही हजारो -लाखो ब्रिटीशांना मारले तरी पण आम्ही संपूर्ण बदला चकुवू शकत नाही. जर हिंदुस्थान स्वतंत्र केला तर हा बदला पूर्ण होईल. आणि तेव्हांच ब्रिटनची इज्जत मातीत मिसळली जाईल.

ओ ! भगतसिंह, राजगुरु सुखदेव ! ब्रिटीश खुष आहेत की, त्यांनी तुमचा खून केला आहे पण हा त्यांचा गैरसमज आहे. त्यांनी तुमचा खून नाही केला तर त्यांनीच त्यांच्या भविष्यात खंजीर खूपसुन घेतलाय, आपण जिवंत आहात आणि सदैव जिवंत राहणार आहात.

भारतातील नाही तर विदेशातील वर्तमानपत्रात सुद्धा ब्रिटीश सरकारच्या या कृत्याची निदां केली. न्यूयॉर्कच्या 'डेली वर्कर' या बातमीपत्रात लिहील- ' लाहोर चे तीन कैदी, भगतसिंह, राजगुरु, सुखदेव. जे भारताच्या स्वातंत्र्यासाठी लढत होते त्यांना ब्रिटीश साम्राज्यवादाच्या हितासाठी ब्रिटीश मजूर सरकारने त्यांना संपवून टाकले. मॅकडोनाल्डच्या नेतृत्वातील ब्रिटीश मजूर सरकारने केली सर्वात पहिली खूनी घटना आहे. तीन भारतीय क्रांतिकाऱ्यांची ही पूर्वनियोजित राजनैतिक

योजनेनुसार मजूर सरकारचीआज्ञश ह्यावरुन हे स्पष्ट करते की, ब्रिटीश साम्राज्यवादाला वाचवण्यासाठी मॅकडोनाल्ड सरकार किती दूर जाऊ शकते?

त्यावेळी इंग्लंडमध्ये मजूर दलाची सत्ता होती. आणि रॅमजे मॅकडोनाल्ड त्याचे प्रधानमंत्री होते. इंग्लंडची मजूर पार्टी स्वत:ला मजूर वर्गाचे शुभचिंतक समजत होते. ह्या पत्रात ह्या पार्टीच्या कामाबद्दल उघडपणे निंदा केली गेली. तसेच क्रांतिकाऱ्यांना देशभक्त म्हटले होते. अशाच एका विदेशी बातमी पत्रात त्यांची अशीच प्रशंसा केली आहे. ह्यातून एकच अनुमान काढले जाते की , भारतातच नाही तर विदेशात सुद्धा त्यांची प्रशंसा करणारे लोक आहेत. वास्तविक ते एक महान वीर होते. त्यांच्या मृत्यूनंतर बंगालमधून 'भगतसिंहांची वीरता' नावाचे एक पुस्तक पण छापले गेले. परंतु बंगालमधील सरकार हे कसं सहन करेल? तेंव्हा हे पुस्तक जप्त करण्यात आलं. ह्याच प्रकारे पंजाबमधून एक छोटसं पुस्तक पण प्रकाशित झालं. त्यात भगतसिंहांच्या वीरतापूर्ण कार्याचे आणि त्यांच्या बलिदानाचे वर्णन केले होते. ह्याला सुद्धा पंजाब सरकारतर्फे जप्त करण्यात आले.

ह्या कृत्यावर सरकारच्या विरोधात बंगालच्या राष्ट्रवादी दलांनी विधानसभेला बहिष्कार घातला. त्यावेळी सदनात वित्त विधेयकावर चर्चा चालू होती. काँग्रेस सोडून इतर सर्व पक्षांनी सरकारच्या या कार्यावर आपला आक्षेप दाखवला.

शहीद भगतसिंहांच्या बंगा गावात लोकांनी आपल्या रक्ताने लिहून शपथ घेतली की, ते भगतसिंहांच्या फाशीचा बदला घेतील. पंजाबच्या कितीतरी ठिकाणी शेतकऱ्यांनी शेतसारा देण्यास नकार दिला. त्याचं कारण देताना त्यांनी सांगितलं की, भगतसिंहांच्या आत्म्याने दर्शन देऊन सारा देण्यास मनाई केली. १३ एप्रिल १९३१ अमृतसरच्या जालियनवाला बागेत एक सभा झाली. त्याला संबोधित करताना डॉ. सैफुद्दीन किचलूनी सांगितले की, लोकांनी संघर्ष करण्यास तयार राहिलं पाहिजे. त्यांनी पोलिसांना प्रार्थना केली, जर त्यांना लोकांवर जबरदस्ती करण्याचा आदेश दिला, तर त्यांनी नोकरी सोडून द्यावी. ह्या सभेचे अध्यक्ष श्री. इमामूदीन नी विदेशी कपड्यांवर बहिष्कार टाकण्यास सांगितले. बघता बघता विदेशी कपड्यांची होळी झाली. येणाऱ्या जाणाऱ्यांनी ही आपल्या जवळील विदेशी वस्तू या होळीत टाकून भाग घेतला. संपूर्ण पंजाबात 'बेईमान सरकारला नेस्तनाबूत करा' 'आम्ही सारा देणार नाही' इत्यादी घोषणा ऐकू येऊ लागल्या. स्वामी योगानंदांनी सांगितलं, 'आम्ही सारा देणार नाही.' 'देशवासीयों गदर करा' रात्री

पोलिसठाणी लुटून पेटवली जातील' बहादुरगड मधील शिवकुमार नावाच्या माणसाने ६ एप्रिलला असे सांगितले की, 'एका खास व्यक्तीची वाट पहात आहोत, त्यांचा इशारा मिळताच रक्ताच्या नद्या वाहतील.' अशाच प्रकारे १९ एप्रिलला अमृतसरहून भिक्रेनसिंहांनी सांगितले 'ती वेळ जवळ आलीय, हे दमनकारी सरकार समाप्त होईल. ह्या कामासाठी लाला हरदयाल जर्मनीतून हत्यारे आणणार आहेत. राजा महेंद्रप्रताप सिंग बोल्शेविक सेनेबरोबर लाल झेंडे घेऊन खैबरखिंडीतून येणार आहेत. रासबिहारी बोस जपानहून येणार आहेत. तसेच मेरठ कांडातील कैदी तुरुंग तोडून येणार आहेत. अशा प्रकारच्या जोशाच्या बातमीने ब्रिटीश सरकारची झोप उडवली जाई.

भगतसिंहांच्या हौतात्म्याने सारा देश ढवळून निघाला होता. ह्या घटनेमुळे लोकांना दु:ख तर झालं पण त्यांचा उत्साह कमी नाही झाला. उलट ते आणखीन जोशाने ब्रिटीश सरकारला देशाच्या बाहार घालवून देण्यास तयार झाले. भगतसिंह भारतीयांच्या मनात आणि हृदयात बसले होते. भारतातील सर्व गावात आणि शहरात त्यांच्या घोषणा ऐकू येऊ लागल्या. वर्तमानपत्रात मुखपृष्ठावर त्यांच चित्र झळकू लागले. ते भारतीय जनतेचे आराध्य दैवत बनले. ब्रिटीश सरकारने त्यांचं शरीर संपवल पण भारतीयांच्या मनातून त्यांना काढू शकले नाहीत. भगतसिंहांच्या चित्राने त्यांना ब्रिटीश हुकुमाच्या मृत्यूची सावली दिसायला लागली. शेवटी ते भगतसिंहांचे चित्र जप्त करण्याच्या मागे लागले. ब्रिटीश आपल्या अशा कृत्याने इतके भयभीत झाले, या गोष्टीचा अंदाज ह्या घटनेने सहज लावला जाऊ शकतो. होशियापूर चा पोलिस अधिकारी घोड्यावरून जात असताना त्याची नजर भगतसिंहांचे चित्र लावलेल्या पानाच्या दुकानावर पडली. त्याला ते चित्र ब्रिटीशांचा कर्दनकाल आहे असेच वाटले. तो घोड्यावरून उतरला. झडप घालून त्या पानवाल्याला जमीनीवर आपटले आणि ते चित्र पायदळी तुडवले. ह्याला काय म्हणावं? अत्याचाराचा कळस, वेडेपणा, की आणखी काय? एखाद्या माणसाचे शरीर किंवा चित्र नष्ट करु शकतो पण त्याच्या आठवणी, त्यांचं कार्य, त्यांनी दाखवलेला मार्ग, त्याचं नाव? ब्रिटीशांच्या अशा वागण्याने भारतीय मात्र अधिकच भगतसिंहांचे भक्त बनले.

परदेश :

मार्च १९३१ च्या शेवटच्या आठवड्यात भगतसिंहांना फाशी दिल्यानंतर काँग्रेसचं ४६ वे अधिवेशन कराचीत झालं. सरदार वल्लभभाई पटेल हे अधिवेशनाचे सभापती होते. ह्यात भगतसिंहांचे पिता किशनसिंह हे ही उपस्थित होते. लोकांच्या मनात भगतसिंहांची आठवण एकदम ताजी होती. शेवटी या अधिवेशनाची शोककळा पसरलेल्या अवस्थेत सुरुवात झाली. अधिवेशनाच्या सुरुवातीला भगतसिंहांसंबंधी प्रस्ताव ठेवला गेला. प्रस्तावाच्या भाषेवर संमेलनात बराच वाद-विवाद झाला. काँग्रेसचे मवाळ दल भगतसिंहांच्या बलीदानाची प्रशंसा करत राहिले. पण त्यांच्या हिंसेच्या मार्गाचा स्वीकार करत नव्हते. युवापिढी या प्रस्तावाच्या संदर्भात विरोध करत होती. शेवटी मवाळ दलाचा प्रस्ताव स्वीकारला गेला. ह्या प्रस्तावाची भाषा अशाप्रकारे होती.

काँग्रेस, जस की, कोणत्याही प्रकारच्या राजनैतिक हिंसेला स्वीकारत नाही आणि आपल्याला ह्या पासून वेगळं ठेवते. भगतसिंह राजगुरु, व सुखदेव यांची वीरता आणि बलिदानाची प्रशंसा करत आहे. तसचे दु:खी परिवारांबद्दल सहानुभूति व्यक्त करते. काँग्रेसच मत आहे की ह्या तिघांची फाशी असंगत प्रतिशोधाच्या भावनेच कार्य आहे. आणि राष्ट्राकडून सर्व सन्मतिपूर्वक क्षमेच्या मागणीचा एक विचारपूर्वक केलेला अपमान आहे. आणि काँग्रेस ह्या विचारांशी सहमत आहे की, सरकारनी दोन्ही राष्ट्रांत सद्‌भावना पसरवण्यात व दलाला शांततापूर्वक मार्गानी ज़ाण्यासाठी जस कि निराशेच्या स्थितीत राजनैतिक हिंसेचा अंगिकार आहे तो सुवर्णक्षणाला लाथाडले आहे ज्याची ह्या गंभीर परिस्थितीत त्यांची नितांत गरज होती.

ह्या वीरांचे स्मरण न केल्यामुळे गांधींना पण या अधिवेशनात विरोधाला सामोरे जावं लागलं.युवकांनी ह्या बाबत गांधीजींना विचारले त्यावेळी ते एवढच म्हणाले, भगतसिंहांचा जीव वाचवण्यासाठी व्हॉईसरॉय बरोबर केलेल्या योजनेचा काहीच फायदा झाला नाही. मी अजून एकदा बोललो असतो तर सजा बदलण्याला समझोत्याची अट बनवल असतं. जसं आपल्या लोकांच म्हणणं आहे. परंतु असं केलं गेलं नाही. आणि समझोता तोडण्याची धमकी. एक विश्वासघात झाला असता. शिस्त बदलण्याच्या समझोत्याची अट न बनवण्यासाठी काँग्रेस कार्यकारिणी माझ्याशी सहमत होती म्हणून मी समझोत्यात त्याचा फक्त उल्लेख करू शकलो.

मी उदारतेची भावना ठेवली होती. परंतु माझी इच्छा पूर्ण झाली नाही. पण हे समझोता तोडण्याचा आधार होऊ शकत नाही.

ज्यावेळी संमेलनात भगतसिंहाच्या संबंधित प्रस्ताव चालू होता आणि अधिवेशनाची कार्यवाही चालू होती, त्यावेळी मंडपाबाहेर नौजवान जोर जोरात आवाज करत होते. व राग प्रकट करत होते. ह्या पूर्वी एक दिवसच नौजवांनी गांधीना काळे झेंडे दाखवले होते.

ह्या प्रस्तावतात सुभाषचंद्र बोस यांनी आपले विचार मांडले ते म्हणाले, 'कराचीतील परिस्थिती अशी होती की, लोकांना प्रस्तावाची कडू गोळी खावी लागली. जे सामान्या परिस्थितीत हजारो मैल दूर राहिले आणि जोपर्यंत गांधीचा संबंध होता त्यांच्या मनातील गोष्ट प्रस्तावाची कार्यवाहीत टाकावी लागली. ह्या प्रस्तावात त्यावेळी संशोधन केलं असतं. पण त्यामुळे विवादाचा शेवट झाला नाही. काँग्रेस च्या राज्यांच्या संमेलनात ह्यावर विवाद झाला होता.भगतसिंह, राजगुरु, व सुखदेव यांच्या मृत शरीराचा जो अपमान ब्रिटीशांनी केला होता. ह्या संदर्भात संमेलनात खूपच मोठी उत्तेजना मिळाली. शेवटी काँग्रेसने ह्या संदर्भात एक चौकशी समिती नेमली. ह्या विषयात डॉ. पट्टाभिसीतारमै यांनी भारतीय राष्ट्रीय इतिहासात लिहीले आहे.

कराचीत काँग्रेसला अजून एका गोष्टीने उत्तेजित केले होते ती होती सरदार भगतसिंह, राजगुरु व सुखदेव यांच्या शवाबरोबर आपमानित व्यवहाराची चारी दिशांना पसरलेली अस्पष्ट बातमी. म्हणून कार्यकारिणीने ह्या आरोपाची चौकशी करण्यासाठी एक समिती नेमली. या समितीला ३० एप्रिलपर्यंत आपला अहवाल द्यायचा होता. ह्याच बरोबर आम्ही हे ही सांगतो की भगतसिंहांचे पिता जे ह्या संदर्भात अधिक प्रयत्न करत होते ते पण ह्या विषयात काही प्रमाण प्रस्तुत करु शकले नाहीत. आणि कोणत्याही प्रकारचे सहाय्य देण्यास समोर प्रस्तुत झाले नाहीत. शेवटी याचा काही परिणाम झाला नाही.

ज्यावेळी शवच जाळून टाकले त्यावेळी काय प्रमाण मिळणार?

अशा प्रकारे आपण पाहीलं की जरी ब्रिटीशांनी असा विचार केला की, भगतसिंहांना फाशी दिल्यावर भारतीय या घटनेला विसरून जातील पण ह्या नंतरच्या घटना चक्राने हे सिद्ध केलं की त्यांचा हा विचार एक मोठी चूक होती.

* * *

118

(१०)
भगतसिंहांचे जीवन दर्शन

प्रत्येक मनुष्याच्या जीवनात आपली आपली खास मुल्ये असतात. किंवा असही म्हणू शकता जीवनाच्या विविध विषयात प्रत्येक माणसाचे आचार विचार असतात. देशधर्म, राजनीती, इत्यादी विषयात लोकांचे वेगवेगळे विचार बघण्यात येतात. हेच जीवनाकडे बघण्याचा वेगवेगळे ढंग साधारणपणे त्याला जीवन दर्शन म्हणलं जातं. तरीपण भगतसिंहांचा जीवनकाल जास्त लांब नव्हता. त्यांचा जन्म २७ डिसेंबर १९०७ झाला व २३ मार्च १९३१ ला त्यांना फाशी झाली. अशा प्रकारे त्यांचा जीवनकाल २३ वर्षे ५ महिने व २६ दिवसांचा राहीला इतक्या कमी कमी वर्षात त्यांच्या जीवनात जे काही त्यांनी करून दाखवलं त्याचं महत्त्व खूप वेगळे आहे. त्याचं जीवन दर्शन अर्थात त्यांच्या विचारांचे संक्षिप्त मी इथे प्रस्तुत करतो.

धर्मनिरपेक्षता :

भगतसिंह धर्माला देश आणि राजनीतीला वेगळे ठेवू पहात होते. कदाचित ते धर्माला राजनीतीला भेटवण्याचे दुष्परिणामांना ओळखून होते. त्यांच्या दृष्टीने देशसेवा सर्वात मोठा धर्म होता. आणि देशच त्यांचा देव होता. मार्च १९२६ लाहोर मध्ये त्यांनी 'नौजवान भारत सभा' स्थापन केली. त्याचा सदस्य होण्यासाठी प्रत्येकाला एक शपथ घ्यायला लागायची, की ते देशाच्या पहिल्या हिताला, आपल्या जातीला व आपल्या धर्माच्या हितापेक्षा जास्त मोठं समजायचे. वास्तविक आज भारतात भगतसिंहांच्या ह्या विचारांची सर्वात जास्त आवश्यकता आहे. देशात धर्माच्या नावाखाली हिंसेचे नागडे तांडव चालू होते. तरीही आपल्या संविधानात हे तर घोषित केला आहे. की, धर्माच देशातल्या राजनीतीत काही स्थान नाही. परंतु आज लोक ह्या प्रकारांना विसरून गेले. लोकांच्या दृष्टीने धार्मिक कट्टरतेच्या समोर देशाच्या हिताच काहीच मूल्य राहील नाही.

भगतसिंहांचा जन्म तरी शिख परिवारात झाला होता. परंतु त्यांच्या जीवनाकडे

पाहील तर असं वाटतं की, त्यांनी कधीही स्वत:ला एका शिखाच्या रूपात पाहिल नाही. ते एक भारतीय होते. भारतीयता हाच त्यांचा धर्म होता. आणि भारतभूमी त्यांची आराध्य दैवत होती. ते संपूर्ण भारताचे होते. समस्त भारत त्यांचा स्वत:चा होता. 'नौजवान भारत सभा' एक महत्त्वपूर्ण उद्देश्य सांप्रदायिकतेशिवाय सर्व प्रकारचे सामाजिक, आर्थिक तसेच औद्योगिक संगठना ची सहानूभूति ठेवायची पण होती. खरं म्हणजे जर भारताला आपल्या अस्तित्वाची रक्षा करायची आहे, तर आज आपल्या राष्ट्रीयने त्यांना ह्या गोष्टीवर ध्यान द्यायलाच पाहिजे की, सांप्रदायिक आधारावर सर्व प्रकारच्या संघटनांवर बंदी घालायला पाहिजे. अन्यथा त्याच्या दुष्परिणामांची कल्पना पण नाही करू शकत. राष्ट्राच्या भविष्याला सुनिश्चित ठेवण्यासाठी भगतसिंहांच्या ह्या विचारांपासून आपल्याला काही प्रेरणा घ्यायला हवी.

राष्ट्रीय भावनांचा विकास :

भगतसिंहांचा हा निश्चित विचार होता की, देश तेंव्हाच मजबूत होईल, ज्यावेळी तेथील नवयुवकांच्यात देशभक्तीच्या भावनांचा चांगल्या रूपात विकास होईल. आम्हाला असं म्हणण्यात जराही संकोच नाही की, स्वातंत्र्यानंतर ही इतक्या वर्षानंतर पण भारतात ह्या भावनांचा चांगला विकास होऊ शकला नाही. पण राष्ट्रीय आंदोलनाच्या वेळी ही भावना प्रबळ होती. ज्यावेळी येथील नवयुवकांत देशभक्तीची भावना होईल. ह्या साठीच 'नौजवान भारत सभेचा' सर्वात पहिला उद्देशच हा होता. - 'एक संयुक्त भारतीय' गणराज्यासाठी भारतीय युवकांमध्ये देशभक्तीला जागवायचं.

ह्या भावनेच्या न होण्याने भले ही बाह्यरूपाने देशाची एकता अबाधित राहीली. पण वास्तविक रुपात ही एंकता केवळ देखावा होती.जी देशासाठी कधीही घातक ठरु शकते.

समाजवादी दृष्टीकोन :

भगतसिंहांचे राजनैतिक विचार समाजवादी सिद्धांतावर आधारित होते. 'नौजवान भारत सभा' खालील दोन उद्देश्यात त्यांच्या ह्या विचरांचा पहिल्यांदा परिचय होत होता.

'शेतकरी आणि मजूर तसंच संपूर्ण स्वतंत्र गणराज्य प्राप्तीच्या जवळ जाणाऱ्या आंदोलकांना समर्थन देणे. श्रमिकांना व शेतकऱ्यांना संघटित करायचे.

इथे हा उल्लेख करणे उचित होणार नाही की, 'नौजवान भारत सभेची' स्थापना १९२६ मध्ये झाली. तोपर्यंत राष्ट्रीय काँग्रेसने संपूर्ण स्वतंत्र गणराज्याविषयी विचारपण केला नाही. तोपर्यंत काँग्रेसचे उद्दीष्ट ब्रिटनचे एका अंगरुपात स्वतंत्र भारत निर्माण करायचा होता. नाही की संपूर्ण संपन्न राष्ट्राचा निर्माण काँग्रेसने पहिल्या प्रथम संपूर्ण स्वातंत्र्याची मागणी त्यांच्या लाहोर अधिवेशनात सन १९२९ मध्ये केली होती. खरं तर भगतसिंह कम्युनिस्ट विचारांचा जन्मदाता कार्ल मार्क्स तसंच १९१७ च्या रशियन क्रांतीने अत्यंत प्रभावित झाले. त्याचे प्रमाण त्यांच्या जीवनातील अनेक घटनांनी मिळते.

दिल्ली जेल मध्ये संसदेत झालेल्या बॉम्ब कांडाबाबत जज्ज मिडल्टन च्या कोर्टात केलेल्या त्यांच्या भाषणात हे स्पष्ट दिसते की भगतसिंह समाजवादी होते. त्यांनी हे भाषण ६ जून १९२७ ला केले आहे. त्यांच्या भाषणाचा सारांश असा-

'हा आमचा उद्देश्य असा आहे की, अन्यायावर आधारित वर्तमान न्याय व्यवस्थेत परिवर्तन आणायला पाहिजे. उत्पादक आणि श्रमिक समाजाचे अत्यंत आवश्यक तत्त्वे आहेत. आणि शोषण करणारे त्यांना श्रमाच्या फळाचे मौलिक अधिकारापासून वंचित करतात. एका बाजूने शेती उगवण्याच्या मौलिक अधिकारापासून ही वंचित करतात. साऱ्या दुनियेच्या बाजारात कापडाची पुरविणाऱ्या विणकरांसाठी त्यांच्या मुलांचे अंग झाकण्यासाठी आपण कपडे प्राप्त करु शकत नाही. आणि शेतकरी उपाशी मरतात. भवन निर्माण करणारे लोहारी घाणेरड्या वस्तीत राहतात आणि मरतात. दुसऱ्या बाजूला श्रीमंत, शोषित आणि समाजाच्या धुंदीत राहणारे लोक आपली सणक पूर्ण करण्यासाठी करोडो रुपये पाण्यासारखे खर्च करतात. क्रांती पासून आमचे प्रयोजन एक अशी सामाजिक व्यवस्थेची स्थापना करायची आहे. ज्याने ह्या सारख्या घातक धोक्याचा सामना करायला लागणार नाही. आणि सर्व वर्गाच्या प्रभुत्वाला मान्यता मिळावी. ह्याचा असा परिणाम होईल की , विश्व संघ मानवजातीच्या पूंजीवादाला बंधन येईल व युद्धानी होणाऱ्या अपरिमित हानी व संकटापासून वाचवू शकतो.

अशा प्रकारच्या विषमतेला दूर करण्याचा इलाज, त्यांचा केवळ समाजवादच होता. ते समाजवादाच्या कोणत्या सीमेपर्यंत प्रभावित होते, त्याचा अनुमान ह्या गोष्टी नी लावला जाऊ शकतो, की लाहोर तुरुंगात सुद्धा त्यांनी मार्क्स व रशियन आदींची पुस्तके मागवली होती व फाशी देण्याच्या अगोदर काही वेळ ते लेनिनचे

चरित्र वाचण्यात दंग होते.

देशाचे नेते नको स्वयंसेवक पाहिजेत :

भगतसिंह काम करण्यावर विश्वास करत होते. नेतागिरी करण्यात नाही. ज्यावेळेस राजनैतिक नेते, आपल्याला नेता न समजता जनतेचे सेवक, एक कार्यकर्ता, अथवा जनसेवक आहोत असं समजायला पाहिजे यातच देशाचे कल्याण आहे. भारतात समाजवादाची स्थापनेच्या उद्देशाने क्रांतिकाऱ्यांनी 'भारत समाजवादी गणतंत्र संघ' याची स्थापना केली. ह्यावर भगतसिंह यांनी लिहीले आहे.

'मी नौजवांना सांगू इच्छितो की, त्यांनी या कार्यात कार्यकर्त्याच्या रूपात भाग घेतला पाहिजे. कारण नेते तर खूप आहेत. आपल्या संघटनेला नेता नकोय. जर आपण संसारी , किंवा प्रापंचिक असाल तर ह्यात भाग घेऊ नका. परंतु जर आपल्याला आमच्या उद्देश्यांबद्दल सहानुभूती असेल तर दुसऱ्या प्रकाराने आम्हाला सहाय्य करा. फक्त शिस्तीने वागणारे लोकच या आंदोलनाला पुढे नेऊ शकतात.

परंतु आज आपल्या राजनितीक दलांची स्थिती वाईट आहे. त्यांच्यात शिस्तीची कोणतीच गोष्ट नाही. हा पण व्यक्ती पूजेला शिस्त म्हणात येणार नाही. सर्वांची नजर फक्त खुर्चीवर आहे. प्रत्येक जण नेता बनू पाहतो.

मानवता- हिंसा :

वर लिहिल्याप्रमाणे भगतसिंहांवर समाजवादी विचारांचा प्रभाव होता. ते मानवतेचे प्रबल समर्थक होते. मनुष्याचं जीवन त्यांच्या दृष्टीने सर्वात पवित्र अशी वस्तु आहे. त्यांचे व्यक्तिगत इंग्रजांबरोबर शत्रूता नव्हती. आपण या विचारांचा परिचय देता त्यांनी दिल्लीतील तुरुंगातील न्यायालयात अस म्हटलं होतं. ' मनुष्याप्राण्यावर आमचे प्रेम कोणापेक्षाही कमी नाही. तसेच कोणाशी ही वैर ठेवण्याचा ही प्रश्न येत नाही. ह्या उलट आमच्या दृष्टीने मानवी जीवन इतकं पवित्र आहे की त्याचे शब्दात वर्णन करणे शक्य नाही. कोणाला ही दुःखी करण्यापेक्षा मानवजातीची सेवा करण्यासाठी आम्ही आमचे प्राण देऊ. प्रत्येक साम्राज्यवादी सेनेच्या सैनिकांप्रमाणे नाही. जे हत्या करण्यात आपला आनंद मानतात. ह्या उलट आम्ही मानवी जीवनाची रक्षा करण्याचा प्रयत्न करतो.

हे स्पष्टच आहे की, भगतसिंह निष्कारण रक्तपाताच्या पक्षात नव्हते. परंतु भारताच्या स्वातंत्र्यासाठी यावेळी त्यांना हिंसेचा आधार घ्यावा लागला त्यांनी असं का केलं? त्याचं उत्तर त्यांनी त्यांच्या भाषणात दिलं- 'आम्ही मागच्या

खंडात काल्पनिक हिंसा असा शब्दप्रयोग केला. आम्ही त्याची व्याख्या करतो. आमच्या दृष्टीने बळाचा प्रयोग त्यावेळी अन्यायपूर्ण होता. ज्यावेळी तो आक्रमणाच्या बाजूने करायला पाहिजे तर तो नैतिकदृष्टीने न्यायाची झाला असता. बळाचा प्रयोग पूर्णपणे बहिष्काराचा काल्पनिक गैरसमज आहे.

भगतसिंहांच्या या शब्दात किती खरेपणा आहे. याचा वाचकच निर्णय घेऊ शकतात. जर आपला शत्रू आपल्यावर आक्रमण करेल, किंवा व्यक्तीगत जीवनात आपल्याला काही नुकसान होईल. आमचं जीणं मुश्किल करण्याराला आम्ही कुठपर्यंत सहन करणार? जर अहिंसेनी विश्वशांती संभव असती, तर देशाला सेना आणि अंतर्गत पोलिसांची व्यवस्था करण्याची काहीच गरज नाही. ह्या करता उच्च आर्दशासाठी बळाचा उपयोग अर्थात हिंसाच्या प्रयोगाला अनुचित मानत होते. संपूर्ण राष्ट्राचे हीत लक्षात ठेवूनच त्यांची इंग्रजांविरुद्ध हिंसेचा मार्ग अवलंबिला. परंतु त्यांची ही हिंसा संकिर्ण भावनेपेक्षा मोठी होती. त्यांचे उद्दिष्ट संपूर्ण भारत भूमीची स्वतंत्रता होती. इंग्रजांबरोबर वैराची भावना नव्हती.

आपली सभ्यता आणि संस्कृतीवर गर्व :

कोणत्याही खऱ्या राष्ट्रप्रेमीच्या मनांत आपल्या देशाची संस्कृती तसंच सभ्यतेसाठी अनुराग होणं स्वाभाविक आहे. त्यात भगतसिंह पण अपवाद नव्हते. अजूनपर्यंत ते साम्यवादी विचारांचे प्रबळ समर्थक होते. धर्मात त्यांना विशेष कोणतीही आस्था नाही. रशियन क्रांतीचे लेनिन हे त्यांचे आदर्श होते. तसंच त्यांना भारत, भारतीय संस्कृती आणि सभ्यता याबद्दल अपार प्रेम होते. याच प्रेमाने त्यांनी आपल्या जीवनातील समस्त सुख आणि सुविधांना तिलांजली दिली. व क्रांतीचा कठोर मार्ग अवलंबला. त्यांच्या संस्कृती प्रेमाचा परिचय पण 'नौजवान भारत सभा' च्या स्थापनेने स्पष्ट दिसत होता. अन्य गोष्टींबरोबर ह्या सभेचे एक महान उद्देश्य भारतीय संस्कृती व भारतीय भाषांचा प्रचार करायचा होता.

भारतीय इतिहासाचे दोन महापुरुष गुरु गोविंदसिंह व छत्रपति शिवाजी महाराजांच्याबद्दल त्यांच्या मनात अपार श्रद्धा होती. त्याच्या विचारानुसार हे दोन महापुरुष भारतीय इतिहासाचे महान क्रांतिकारी होते. त्या दोघांना ते आपले प्रेरणास्थान मानत होते.

'ह्या देशात एक नवे आंदोलन उभ राहिलं होतं. ज्याची पूर्व सुचना आम्ही दिली आहे. गुरु गोविंद सिंह आणि छत्रपती शिवाजी महाराज, कमाल पाशा,

रिजाखांन, वॉशिगटंन आणि गॅरी बाल्डी तसेच लॉफरेटे आणि लेनिन यांच्या कार्यापासून प्रेरणा ग्रहण करत होते.'

गीता भारतीय संस्कृतीची एक महत्त्वपूर्ण रचना आहे. भगतसिंहांने गीते ने प्रभावित केले. आपल्या तुरुंगातील वास्तव्यात त्यांनी एखाद वेळेस कम्युनिस्ट साहित्याबरोबर गीतेचे पण अध्ययन करत असावेत. गीतेच्या निष्काम भावनेने मातृभूमीची सेवा करण्याचा मार्ग अवलंबला. त्यांच्या गीतेच्या प्रेमाचा परिचय त्यांच्या एका पत्रातून येतो. हे पत्र त्यांनी दिल्ली तुरुंगात असताना आपल्या वडिलांना किशनसिंहांना लिहीले होते. ते ज्यावेळी संसदेतील दारुगोळा स्फोट प्रकरणात पकडले गेले होते. 'हां आणि शक्य झाले तर 'गीतारहस्य' 'नेपोलियन की भोरी सुआने उमरी' जे आपल्या कुतुब मध्ये मिळेल. आणि काही इंग्रजी कादंबऱ्या घेऊन या.'

अशा तऱ्हेने फलप्राप्तीची कोणतीही इच्छा न बाळगता सत्यासाठी लढायचे, तसच मृत्यूला अजिबात न घाबरणे इत्यादी गुण स्पष्ट सिद्ध करतात की, गीतेचे अध्यपन खूप गंभीरतेने केलं होतं. ज्यानी ते प्रभावित झाल्याशिवाय राहिले नाहीत. लाहोरच्या आपल्या डी.ए.वी. शाळेत असताना संस्कृत हा त्यांचा आवडता विषय होता ज्याचा उल्लेख त्यांच्या प्रारंभिक जीवनांर्तगत झाला आहे.

बलीदान आवश्यक :

शहीद भगतसिंहांची हे निश्चित अनुमान होते की, लक्ष साधण्याकरीता बलिदान आवश्यक आहे. त्यांच्या जीवनाचे मुख्य लक्ष भारताला स्वतंत्र करणे हे होते.म्हणून त्यासाठी ते कठीणात कठीण परीक्षा देण्यास तयार होते. आणि त्यांनी ती परीक्षा दिली पण. आपल्या जीवनाचे बलीदान देऊन त्यांचं म्हणणं होतं. की लक्षाची प्राप्ती सहजपणे होत नाही. त्यासाठी सारखा प्रयत्न करावा लागतो.

मी युवकांना सांगू इच्छितो की, समाजवादी प्रजातंत्राची स्थापना करण्यासाठी उत्साहपूर्वक कार्य करा. जरी ते हा संघर्ष न थकता करत गेले तर ते आपल लक्ष साध्य करू शकतात. पण हे एक वर्षात नाही होणार. तर आपले उत्तुंग बलीदान आणि कठीण परिक्षेनंतर.

काही साध्य करण्यासाठी काहींचा त्याग ही करावा लागतो. काहीही नाही बरच काही त्यागाव लागत. या भावनेने कार्य करणाराच लक्ष्य साध्य करू शकतो या ओळींनी याच ध्येयाची शिक्षा प्राप्त होते. भगतसिंगांना ज्यावेळी लाहोरच्या

तुरूंगातील काळ्या कोठडीत पाठवल होत त्यावेळी आपल्या मित्रांची पाठवणी करताना त्यांनी म्हटल होत, ''दोस्तांनो!भेटणं आणि हरवणं हे चालतच असत. काय सांगाव आपण परत भेटू शकतो.पण ज्यावेळी आपली सजा संपल्यावर तरी घरी जाऊन सांसारिक कार्यात अडकून जाऊ नका. जोपर्यंत आपण भारतातून इंग्रजांना घालवून समाजवादी गणतंत्र स्थापन करीत नाही तो पर्यंत आराम करू नका. हा माझा आपल्यासाठी शेवटचा संदेश आहे.

अर्थात चालत रहा,थांबू नका, जोपर्यंत आपल्याला आपल ध्येय साधता येत नाही. हाच त्यांचा सिद्धांत होता. ही एक प्रकारची त्यागाची भावना आहे.

एकताचे समर्थक :

भारत वेगवेगळ्या धर्माचा आणि संप्रदायाचा देश आहे. या वेगवेगळ्या धर्माला मानणारे लोक अनादी काळापासून एकत्र राहात होते. त्याचबरोबर हेही सत्य आहे की येथे वेगवेगळ्या धर्माला मानणाऱ्या लोकांत अधिकतर लोक पूर्वजांची मूल आहेत.याचप्रकारे धार्मिक विश्वासातून वेगळे झाल्यावर ही ते भाऊ-भाऊ आहेत. परंतु काही फितूर लोकांच्या सारीपाटाचे प्यादे बनून आपल्यातच एक दुसऱ्याच्या रक्ताचे तहानेलेले होतात. एक खरा माणूस खऱ्या अर्थाने धर्माला मानतो अशा प्रकारच्या कार्याला व कृत्याला कधीच बरोबर मानीत नाही. शहीद भगतसिंग एक खरे मानव होते. त्यांच्या नजरेत मानवताच सर्वात मोठा धर्म होता. ते सर्व भारतीयांना भाऊ मानत होत. तेंव्हा त्यांना आपआपसात भांडताना बघून रडू येत होते. या विषयात श्री दीनानाथ सिद्धांतालंकार यांनी एका घटनेचा उल्लेख केला आहे.

भगतसिंग रात्री गच्चीवर एकटेच बसले होते. रडत होते. बऱ्याच दिवसांत त्यांना घरची काही खबरबात मिळत होती. एक दिवस रात्री बारा वाजता माझे डोळे उघडले तर ते हुंदके देऊन रडत होते. मी त्यांना धीर दिला. त्यावेळी रडण्याच कारण विचारल, त्यावेळी बराच वेळ गप्प राहिल्यानंतर ते म्हणाले, ''मातृभूमिची दशा बघितल्यावर मनाची चाळणी झाली. एका बाजूला विदेशांचे अत्याचार , आणि दुसऱ्याबाजूला भाऊ-भाऊ एकमेकांचे गळे कापण्यास तयार आहेत. या अशा स्थितीत हे बंध कसे सुटतील''.

१९२५ मध्ये ज्यावेळी भगतसिंग ''वीर अजून'' यात काम करत होते त्यावेळी देश सांप्रदायिक दंगलीच्या आगीत जळत होता. दिल्ली पण यातून सुटली

नाही. शेवटी भगतसिंगांसारखा खरा देशभक्त अशा प्रकारच्या स्थितीला पाहून दु:खी होणं स्वाभाविक होत.

समस्त भारतवासी आपसात एकत्र यावेत हीच त्यांची हार्दिक इच्छा होती. या उद्देशाने त्यांनी १९२८ मध्ये लाहोरात 'विद्यार्थी युनियन ' बनवली सर्वजण त्याचे सदस्य झाले. कारण विद्यार्थीच भावी राष्ट्राचे निर्माते आहेत. देशाच्या एकतेसाठी आणि सामाजिक घाणेरड्या चालीरितींना स्थान न देण्याचं त्यांच मुख्य काम आहे. द्वितीय अध्यायात याचा उल्लेख आहे. की ही युनियन हिन्दु-मुसलमानांच्या जाती, स्पृष्य-अस्पृष्य इत्यादी जुनाट विचारांना दूर करण्यासाठी मिळून मिसळून एकत्र जेवण बनवतात. ज्यात सर्व धर्म,जातींचे लोक एकत्र बसून जेवण करतात. या सभेच्या बऱ्याच जणांनी आपआपल्या धर्माविषयीच्या कुप्रथांवर लेख लिहिले आहेत. तसेच जातीयवादाला कडाडून विरोध केला.

अशा प्रकारे भगतसिंग राष्ट्रीय भावनांचे विकासाचे प्रबळ समर्थक, धर्म निरपेक्ष, राजनितीचे विचारक तसेच एक उत्तुंग आदर्शाचे समाजवादी होते. ते मानवतेचे खरे प्रेमी,कोरड्या आदर्शवादाचे विरोधी,आपली संस्कृती आणि सभ्यतेवर अभिमान बाळगणारे आणि राष्ट्रीय एकतेचे पक्षपाती (समर्थक) होते. त्यांनी भारताच्या सोनेरी भविष्याचे स्वप्न बघितले होते. ते एक खरे मानव आणि खरे भारतीय होते. ज्यांनी भारताला स्वाधीन करण्यासाठी आपल्या अमूल्य प्राणाचे बलीदान केले.

***

(११)
शहीद भगतसिंहाचे मुल्यमापन

शहीद भगतसिंगांचे नाव घेताच हॅट घातलेला, बरीक तलवारीसारखी मिशी ,करारी डोळे व सुदृढ शरीर ,व थोडेसे ुंच चेहरा वाल्या एका टुवकाची तसबीर आपल्या डोळ्यासमोर येते. कोणत्याही व्यक्तिच मूल्यांकन करणे काही सोपे काम नाही. आणि जरी असं कोणी केल ,तर ते आवश्यक नाही. कि इतर लोक त्याला सहमत असतील जरी काही असल तरी शहीद भगतसिंगांचं भारतीय इतिहासात त्यांच एक विशेष स्थान आहे.

भगतसिंग केवळ २३ वर्षे ५ महिने या अल्पायुष्यात मातृभूमिची सेवा करताना त्यांचं बलिदान झालं. या छोट्याशा अवस्थेत ही त्यांनी आपल जीवन शेवटच्या २ वर्षापेक्षा अधिक वेळ पोलीस हवालात किंवा तुरूंगात घालवला. तरी पण आपली जन्मभूमीने परिधान केलेल्या बेड्यांना कापून काढण्यासाठी त्यांनी जे बलीदान दिलं, साऱ्या विश्वातल्या इतिहासात असं उदाहरण कमीच पहायला मिळतं. शेवटी काय कारण होत कि इतक्या लहान वयात पण या युवकाने जिवंतपणे आणि बलिदान दिल्यानंतर ही इंग्रज सरकारचही झोप उडवली. अशी कोणती गोष्ट होती, की त्यावेळच्या प्रसिद्ध नेते,राजनितीचे महारथींना पण या नवयुवकाच्या विषयात विचार करायला लागला का? तो कोणता हेतू होता की त्यावेळी भारतीय राजनितीत आरूढ झालेले गांधींनी पण या वीराच्या बलीदानावर निंदेचा विषय बनवला गेला. कोणाच्या ही मागे कोणत तरी कारण असतं. शहीद भगतसिंगांची लोकप्रियता पण हेच कारण होत. इंग्रजांच्या दृष्टीने ते एक आतंकवादी होते. पण भारतीयांच्या दृष्टीने ते एक देशभक्त होते. काही विद्वानांनी गांधी आणि भगतसिंगांची तुलना करण्याचा प्रयत्न केला. काहीजण वीरतेचे प्रतिक मानत, तर स्वत: भगतसिंगांनी स्वत:ला स्वतंत्रता संग्रामाचा एक योद्धा, व युद्धबंदी म्हटले होते. त्याच बरोबर इतर अन्य विद्वानांनी व राजनितीज्ञांनी त्यांच्या त्यांच्या दृष्टीने मुल्यांकन केल. इथे याच दृष्टीने या विषयात विचार करण्याचा एक छोटासा प्रयत्न करण्यात आला.

महात्मा गांधी आणि भगतसिंग :

विचारांच्या दृष्टीने भगतसिंग व गांधी यांच्यात कोणतीच समानता नव्हती. जिथे गांधी परम अहिंसावादी आहेत. तेथे भगतसिंग एक क्रांतीकारी आहेत. जे लक्ष्य मिळवण्यासाठी हिंसेला चुकीचे मानत नव्हते.दोघांची विचारधारा एक दुसऱ्याच्या विरूद्ध होती. एक उत्तर ध्रुव होते तर एक दक्षिण ध्रुव होते. परंतु दोघांचं लक्ष्य एकच होत. भारताची स्वतंत्रता. दोघेही कट्टर होते. एक अहिंसा तर दुसरा क्रांतीचा कट्टरवादी. परंतु भारतीयांसाठी दोघे पूज्य होते. दोघांनी मातृभूमिच्या स्वातंत्र्यासाठी संघर्ष केला. भगतसिंग संघर्ष करताना शहीद झाले आणि गांधीजींनी संघर्षावर विजय मिळवला पण एका हत्याऱ्याकडून मारले गेले. या विषयात श्री. के.के. खुल्लर यांनी त्यांच्या शहीद भगतसिंग या पुस्तकात अर्धवट उघडलेल्या पानावर त्याचा उल्लेख केला आहे.

राजनितीक दृष्टीकोनातून या युगाचे असे चिंतन होते. जे नदीप्रमाणे एक दुसऱ्या ला मिळत असते. जसे समुद्राला मिळतात. किंवा त्यांना अशा समांतर रेषा म्हणता येईल. ज्या अनंतातच मिळत असतील. दोघांनी आपल्या मातृभूमिसाठी प्राण विसर्जन करून अमर झाले. गांधी एका हत्याऱ्याच्या गोळीने शिकार झाले. आणि भगतसिंगांचा शेवटचा अनुरोध होता की, मी युद्धबंदी आहे तर या नात्याने साधारण अपराध्याप्रमाणे फाशी न देता गोळी घालण्यात यावी. चरित्र, साहस आणि निर्भयतेच्या दृष्टीने त्यांनी असे स्तर निर्माण केले की साधारण मनुष्याला पुढे जाणे शक्य नव्हते. ते व्यक्ति नव्हते तर आंदोलन होते. जेथे गांधी बसत होते ते मंदीर होते आणि जेथे गांधी चालत होते ती जमीन पवित्र होती. ज्याठिकाणी भगतसिंगांना फाशी दिली आणि ज्या ठिकाणी त्यांचा अंतिम संस्कार केला ती ठिकाणे तीर्थस्थानं झाली. भगतसिंगांच्या विषयात डोळे ओले केल्याशिवायव भावूक न होता लिहिणं शक्यच नाही. फासावर लटकल्यानंतर भगतसिंग जास्त खरं जीवन जगले. ते ही कठीण आहे. आणि गळा न भरता गांधींच्या हत्त्येचे वर्णन करता येते. दोघांनी आपल्या मागे अशा स्कृती सोडल्यात की त्यांना विसरता येत नाही. दोघांच्या मरणाने लोकांच्या मनात आदर्शाचा दर्जा ठेवला आहे.

अशा प्रकारे दोघांचं लक्ष्य एकच होते.--मातृभूमिला स्वतंत्र करायच तेथेच दोघांच्या विचारात जमीन आस्मानाचा फरक होता. दोघं आपआपल्या क्षेत्रात परम यज्ञाश्रेद्धा होते. भगतसिंग एक अद्वितीय योद्धा होते तर गांधींची वीरता शांती

व सत्यावर आधारित होती. या दोघांच्यात कोण्या एकाला दुसऱ्यापेक्षा महान म्हणण्यात दुसऱ्या बरोबर अन्यायकारक होईल.

आतंकवादी नाही योद्धा :

भारतमातेचे खरे सुपूत्र भगतसिंगांनी इंग्रज सरकारची झोप उडवली. भगतसिंगांच्या रूपात त्यांना ब्रिटीश सरकारवर लटकती तलवार दिसत होती. भगतसिंगांचे नाव ब्रिटीश साम्राज्याला आतंक बनलं होत.भारत भारतियांचा असूनही ब्रिटीश येथील स्वामी होते. भारतीयांची दयनीय अवस्था होती. ब्रिटीश सरकार त्याला कारणीभूत होते. यावरून हाच अत्याचार आहे हे स्पष्ट होत. ब्रिटीश अत्याचारी होते. म्हणून भगतसिंगांनी अत्याचार संपुष्टांत आणण्याचा विडा उचलला. ब्रिटीशांना धोका समजून आला. शेवटी त्यांनी परम देशभक्तांना आतंकवादी , अपराधी न जाणो अजून काहीही म्हणत होते. त्यांचं हे म्हणणं स्वाभाविक होत. एका अत्याचाऱ्याकडून खऱ्या न्यायाची अपेक्षा कशी करायची. फ्रेंच मोरीसनी पण त्यांना एक स्पष्ट आतंकवादी व नीडर योद्धा म्हंटले. भगतसिंग एक व्यक्तित्व ,एक स्पष्ट आतंकवादी व नीडर योद्धा होते. आणि त्यांच्या बुद्धियुक्त चेहऱ्यावरून विद्रोही कृत्याची स्पष्ट झलक मिळत होती.

आपल्या देशावर प्रेम करणे हा काही अपराध नाही. जर कोणी आपल्या मातृभूकीच्या रक्षेसाठी किंवा तीच्या स्वातंत्र्यासाठी तीच्या शत्रूला भयभीत करीत असेल तर त्याला त्याचा दुर्गुण म्हणत नाहीत. हे तर एक श्रेष्ठ कार्य आहे. तर त्याला कोणत्या आधारावर आतंकवादी म्हणता येईल. भगतसिंग हे एक अंजन होत. आपल्या २ फेब्रुवारी १९३१ ला देशाच्या युवकांना दिलेल्या संदेशात ही त्यांनी हेच म्हंटले आहे.

ही गोष्ट सत्य आहे की मी आतंकवादी आहे. पण मी आतंकवादी नाही. मी एक क्रांतिकारी आहे. ज्याचे काही निश्चित विचार आदर्श तसेच दूरवरचे कार्य आहे

जर कोणी आपल्या देशाच्या रक्षणशसाठी कोणत्याही शत्रुची हत्त्या करीत असेल तर त्याला अपराधी नाही म्हणू शकत. आणि जर असं असेल तर देशाच्या रक्षेसाठी लढणारा योद्धापण अपराधी आहे. ही बाब भगतसिंगांनाही लागू होऊ शकते. जे त्यांनी संसदेतील स्फोटात लाहोर उच्च न्यायालयात स्वत: सांगितली.

पहिली गोष्ट ही आहे की संसदेत स्फोट केला त्यावेळी त्यांनी कोणत्याही

माणसाला शारिरीक अथवा मानसिक हानी केली नाही. या दृष्टीने आम्हाला जी शिक्षा दिली ती कठोरतमच नाही, तर बदल्याच्या भावनेनी दिली. दुसरी गोष्ट जो पर्यंत अभियोक्ताच्या मनोभावनांचा ठाव घेतला जात नाही. त्याच्या खऱ्या उद्देशाचा ठाव लागत नाही. जर त्याच्या उद्देशाला पूर्णमणे दुर्लक्षित केल गेल. तर कोणत्याच माणसाला न्याय मिळणार नाही. कारण उद्देशावर नजर न ठेवल्यावर दुनियेतील बडे बडे सेनापती साधारण हत्यारे नजरेस पडतील. सरकारी सारा वसूल करणारे अधिकतर चोर दिसतील. आणि न्यायाधिशांवर खुनाचा आरोप लागेल. अशा प्रकारे समाज व्यवस्था व सभ्यता,खून ,चोरी झाल्याशिवाय राहणार नाही. जर उद्देशाची उपेक्षा केली तर सरकारला काय अधिकार आहे की समातील लोकांवर न्याय करायचा उद्देशाची उपेक्षा केली तर धर्माचा प्रचार खोटा प्रचार बघितला जाईल. आणि प्रत्येक पैगंबरावर अभियोग लागेल.की त्यांनी करोडो भोळ्या आणि अनोळखी माणसांची दिशाभूल केली. आणि जर उद्देशाकडे कानाडोळा केला तर हजरत ईसायसीह , गडबड करणारे, शांतीभंग करणारे आणि विद्रोहाचा प्रचार करणारे दिसतील. कर्यिद्याच्या शब्दात धोकादायक व्यक्तिला मानले जाईल.

वास्तविक भगतसिंग एक युद्धबंदी होते. त्यांनी आपल्या मातृभूमीसाठी तीची गुलामी संपवण्यासाठी ब्रिटीश सरकारविंरूद्ध युद्ध केले. अस त्यांचं स्वत:च मत होत. पण ब्रिटीश सरकार त्यांना आतंकवादी समजत होते. याचा अर्थ असा नाही की, ते सत्य सांगतात. कारण राजनितीत आपल्या शत्रूला लोकांच्या नजरेतून उतरवण्यासाठी अस म्हणण कीी महत्वाच नाही. वेगवेगळ्या विद्वान-राजनितीज्ञांच्या नजरेतून इतक स्पष्ट आहे की, भगतसिंग भारतमातेचे खरे सुपुत्र होते. विदेशी सरकार त्यांना काहीही म्हणू दे. या अद्वितीय वीराच्या व्यक्तित्वात काही अशा विशिष्ठ गोष्टी आहेत की भारतच नाही तर विदेशी विद्वान व राजनितिज्ञांनी त्यांच्या महत्तेचा स्वीकार केलाय.

भगतसिंगांनी भारतवर्षाच्या सुंदर भविष्याची कल्पना केली. काँग्रेस नी भारतासाठी पूर्ण स्वराज्याची मागणी लाहोर अधिवेशनात केली. पण भगतसिंगांनी या अगोदरच पूर्ण स्वतंत्रतेला आपल्या कार्याचे लक्ष्य केले. अशा प्रकारे भगतसिंगांना भविष्य द्रष्टा म्हणता येईल. त्यांच्या या गुणांविषयी डॉ. राम मोहन लोहीयांनी सांगितले व्यक्तिगत रूपात घाबरट कोणत्याही देशाच्या स्वतंत्रतेसाठी इतके धोकादायक नाही. होत. जितके सामाजिक व आर्थिक विषमतेची समज न

राखणाऱ्या वीर योद्धा-आणि बढाया मारणारे राजनितिज्ञ असतात. आपल्या समकालीना पेक्षा कितीतरी उंच भगतसिंग त्याच्या वेळेत पुढे होते. त्यांनी भारताच्या भविष्याची परिकल्पना ५० वर्षापूर्वी केली होती.

भगतसिंगांचे व्यक्तित्व सर्वगुणसंपन्न होत. त्यांच्यात एक जादूच होती जे त्यांच्या संपर्कात आले त्यांच्यावर आपली छाप टाकल्याशिवाय राहात नसत. त्यांच्या याच गुणाची चर्चा करताना डॉ. सतपाल म्हणाले- "मला काँग्रेस व नौजवान भारत सभे बरोबर काम करताना भगतसिंगांचा सहवास मिळाला. त्यांच्या दीर्घ सार्वजनिक जीवनात मला त्यांच्या सारखा उपयोगी,जोशपूर्ण, चतूर, साहसी व समजदार युवक मिळालाच नाही. जाहिराती चिकटवण्यास तयार, सतरंज्या पसरण्यास, भाषण करायला असू दे. ते आपली आग ओतत होते. अर्थात ते प्रत्येक कार्य मन लावून करत होते. जनतेवर त्यांचा असीम प्रभाव होता कारण ते स्वार्थ,लोभ,व ईर्ष्यापासून नेहमी दूर रहात होते. त्यांच्या चारित्र्यात इतके गुण होते की त्यांच्यत शालीन पुत्र,प्रिय साथी,व आदरणीय नेता या सर्व गोष्टी एकवटल्या होत्या."

पहडीत मोतीलाल नेहरू भगतसिंगांपासून कोणत्या सीमेपर्यंत प्रभावित होते त्याचप्रमाणे त्यांनी अनेकवेळा भगतसिंगांना भेटण्यास व त्यांना वाचवण्याच्या प्रयत्नातून चांल्या तऱ्हेने मिळत. त्यांनी केंद्रिय विधानसभेत बोलताना सांगितले - हा नौजवान उपासना करण्या योग्य व महान आत्मा असणारे वीर आहेत.

पंडीत मोतीलाल नेहरूंच्या प्रमाणे महामना मदनमोहद मालवियांच्या मनात पण भगतसिंगांसाठी अपार आदर होता. त्यांनी भगतसिंग, राजगुरू व सुखदेवांची फाशी बदलण्यासाठी व्हॉईसरॉय यांना दया केली विनंती पण केली.या वीरांची प्रशंसा करताना ते म्हणाले "भगतसिंग व त्यांचे साथीदार साधारण अपराधी नाहीत हे व्यक्तित्व आहे ज्यांची हिंसक कार्यासाठी, ज्यासाठी ते दोषी समजण्यात आले आहेत. जितकी निंदा करू तेवढी कमी आहे. परंतु ते अशा व्यक्ति आहेत. जे स्वार्थाच्या भावननी प्रेरीत नाहीत. ते सर्व देशभक्तीच्या सर्वोच्च भावना व स्वदेशाच्या स्वातंत्र्याच्या भावनानी प्रेरीत झाले आहेत."

महान समाजवादी नेते आचार्य नरेंद्र देव यांनी भगतसिंगांची प्रशंसा करताना सांगितले"भगतसिंग व दुसरे क्रांतिकारी यांच्यात मोठ अंतर आहे. की त्यांनी असाधारण रूपात ही घोषणा केली होती. की भारताला गुलामांच्या विरूद्ध विद्रोह

करण्याचा अधिकार आहे. त्यांच शौर्य जे विशेषण आहे जे आम्हाला सदैव प्रेरणादायी उदाहरण असेल. जे राष्ट्र दीर्घकाळापर्यंत पराधीन होते.ज्यात राष्ट्रीयत्व शिल्लक राहीले नव्हते, जो कोणी असं समजत होता की विदेशी शक्तीशी सामना करण्याचे साहस माझ्यात नाही. आणि जो ब्रिटीशांचा चेहरा बघीतला की घाबरून जायचा. त्या राष्ट्रासाठी शूरवीरताचे असे उदाहरण प्रिय का असणार नाही. भगतसिंगांचे नाव काढताच काळजात वीज चमकून जाते. थोड्या वेळासाठी मानवाच्या दुर्बलता दूर होतात. आणि प्रत्येक माणूस आपआपल्या भावुकतेला नव्या संसारात शोधतो''

वास्तवात पराधीन भारताला स्वाधिनतेच महत्व समजावण्यासाठी व त्याचा रस्ता दाखवण्यात भगतसिंगांनी एका दीपस्तंभाचं काम केलंय. त्यांनी गुलाम भारतीयांना एक संदेश दिलाय. कि गुलामीच्या अपमानपूर्ण जीवनाचा सन्मानपूर्वक मातृभूमीची स्वतंत्रता हेच जीवनाचे लक्ष आहे. त्यांचे क्रांतिकारी साथिदार विजयकुमार सिन्हा यांच्या शब्दात-जोपर्यंत आत्मत्यागाच्या भावनेचा प्रश्न आहे त्यांच्या जवळ पर्याप्त मात्रा आहेत. ते क्रांतिकारी आंदोलनासाठी प्राणाला ओवाळून टाकण्यासाठी सदैव तयार रहात होते. ज्यावेळी संसदेत स्फोट करण्यासाठी जात होते. तर कोणीतरी सांगितलं की स्फोट झाल्यावर ताबडतोब निघायला पाहिजे. पण त्यांनी त्या गोष्टीला कडाडून विरोध केला. व स्वत: आपल्याला अटक करून दोषी सिद्ध करण्यावर जोर दिला. तरच ते आपल्या समाजवादी सिद्धांताला आणि अधिक प्रभावशाली तऱ्हेने व प्रेरणेने प्रचारित करू शकतील, साण्डर्स वधाच्या वेळी पार्टीत त्यांनी भाग घ्यायला नको होता. परंतु भगतसिंग धोका पत्करण्यास इतके तीव्र इच्छूक होते की शेवटपर्यंत थांबवू शकले नाहीत.

भगतसिंग एक क्रांतिकारी होते. पण गांधी परम अहिंसावादी होते. तरीपण त्यांची लोकप्रियता गांधीजींपेक्षा कमी नव्हती. म्हणून डॉ. पट्टाभिसितारामय्यांनी लिहिले आहे की हे बोलणं अतिशयोक्त होणार नाही. भगतसिंगांचं गांधीं इतकच लोकप्रिय होत.

भगतसिंगांची उदात्त देशभक्ती पाहून आपली श्रद्धा प्रकट करताना पंजाबी विश्वविद्यालय पटियाला चे पूर्व उपकुलपती कृपालसिंग नारंग म्हणाले-भगतसिंगांचे क्रांतिकारी जीवन प्रत्येक भारतीय नागरिकाला एक प्रकाश दिपाचे प्रतिक आहे. ते एक असाधारण दृष्टी आणि ऊर्जाचे नवयुवक होते. ज्यांनी भारताच्या आत्म्याला

हलवलं आणि विश्वाच्या महत्तम साम्राज्यवादी शक्तीला आव्हान केल. ते एक खरेखुरे आणि उदात्त देशभक्त होते. त्यांनी आपल्या भारतमातेला स्वतंत्र करण्यासांठी जे निर्भयतापूर्ण बलीदान केल. त्याचा परिणाम असा झाला की,तत्कालीन युवकांमध्ये एक नविन चेतना आणि उत्साह बळावला गेला. स्वतंत्र भारत या करिता अत्यंत ऋणी आहे. आणि त्यांच्या पराक्रमयुक्त कार्याला ही विसरू शकत नाही. आपले अद्वितीय राष्ट्रप्रेम आणि बलिदान या द्वारे त्यांनी आपल्या समकालीन भारतीय युवकांच्या समक्ष अतीव नैराश्याला टाकून देत राष्ट्र निर्माण, सन्मान आणि उज्वल मार्ग निर्माण केला.

शहीद भगतसिंग भारतीय जनमानसात वीरता आणि बलीदानाचे प्रतिक झाले होते. यालाच संकेत करण्यासाठी पूर्व केंद्रिय मंत्री डॉ. करणसिंह यांनी लिहिले ‘‘भारताला स्वतंत्र करण्यासाठी ज्यांनी आपल्या जीवाचे बलीदान दिले त्या सर्वात सरदार भगतसिंग एक वीर योद्धा आणि नाटकीय व्यक्तित्व होते. ते पंजाब मधील होते. आणि त्यांच्या मानवीय आणि साहसाच्या परंपरेच्या बरोबर भगतसिंग बलीदाना सारखे महान कार्य करून त्या विद्रोहाच्या विचारधाराचे प्रतिक बनले गेले. ज्याला तत्कालीन भारतीय युवा पिढीने अवलंबिले. त्यांची कहाणी पौराणीक झाली होती. आणि त्यांचं नाव स्वतंत्रता च्या संबंधात देशभक्ती व बलीदानाचा पर्याय बनला होता’’.

आपल्या या महान कार्यासाठी भगतसिंग भारतीयांच्या मनात सदैव जीवंत राहातील. भगतसिंग व त्यांचे दोन साथीदारांना फाशी दिल्यानंतर लाहोरच्या उर्दू दैनिकात ‘पयाम’ मध्ये लिहिलंहोतं-हिंदुस्थान या तीन शहीदांना पूर्ण ब्रिटनच्या वरचढ समझतो. जर आम्ही हजारो- लाखो ब्रिटीशांना मारून टाकलं तरी पण आम्ही पूर्णपणे बदला घेऊ शकत नाही. हा बदला तेव्हाच पूरा होईल जर तुम्ही हिंदुस्थानला आदाज करत नाही. त्यावेळी ब्रिटनची शान मातीत मिळेल. ओ भगतसिंग! राजगुरू!सुखदेव इंग्रज खूष आहेत की त्यांनी तुमचा खून केला. पण ते चुकीचे ओहश्रे.. त्यांनी तुमचा खून नाही केला. त्यांनी त्यांच्याच भविष्यात सुरा खुपसला आहे. तुम्ही जीवंत आहात आणि सदैव जीवंत रहाल.

भगतसिंग यांच्यासारखी विभूती कदाचितच जन्म घेत असेल.याविषयी श्री.के.के.खुल्लर यांनी लिहिलं आहे---

भगतसिंग यांच्या जीवन आणि मृत्यूचा निष्कर्ष हा आहे की, भगतसिंग

यांच्यासारख्या व्यक्ति अनेक शतकात एकदाच जन्म घेतात.

भतसिंगांच्या गुणांनी पंडीत जवाहरलाल नेहरू पण अभिभूती होते. भगतसिंग यांच्या तुरूंगातील जीवनात पण त्यांना भेटत होते. भगतसिंगांची प्रशंसा करताना आणि त्यांचे महत्व स्विकारताना ते म्हणाले अस काय कारण होंत की हा युवक असा अचानक लोकप्रिय झाला. सुभाषचंद्र बोस शहीद भगतसिंगांना एक प्रतिक मानत होते. भगतसिंग आज एक व्यक्ति नाही तर प्रतिक आहे. त्यांनी विद्रोहाच्या चेतनेला पेटवले आहे.

भगतसिंगांच्या चरित्र लेखनाचे लेखक मेजर गुरूदेव सिंग दयोल यांनी एक सच्चा क्रांतीकारी म्हटले आहे. ----

भगतसिंग वास्तविक अर्थाने एक क्रांतिकारी होते. त्यांचा विश्वास होता की, उचित गंतव्य प्राप्त करण्यासाठी सर्व प्रकारच्या साधनांचा पअयोग उचित आहे. आपल्या संक्षिप्त राजनितीक जीवनात त्यांनी आपल्या विषयी कधीच चिंता केली नाही आणि आपणा स्वत:ला अशा वेळेत वाचवायचा प्रयत्न केला जेंव्हा कर्तव्ययाची मागणी करीत होते.

अशा प्रकारे भगतसिंगांच्या कार्याचे अवलोकन करताना म्हणायला पाहिजे की एवढ्या छोट्या वयात पण भगतसिंग आपल्या उच्च आदर्शांनी उन्नत शिखरावर पोहोचलेहोते. त्यांनी ते अद्भूत कार्य करून दाखविले. ज्याची साधारण माणूस आपल्या जीवनात कल्पना पण करू शकत नाही, भारत राष्ट्र निर्माण करण्यात त्यांचा 'पाया'त भगतसिंगांचा सहभाग राहीला आहे. याकरिता त्याचा तो पर्यंत देश ऋणी आहे. जो पर्यंत त्यांचं अस्तित्व आहे. आमच्या संस्कृती मध्ये देवता शब्दाचा अर्थ देणारा असा ही आहे. भगतसिंगांनी भारत राष्ट्राच्या निर्माणात आपली सर्वात प्रिय वस्तू आपले जीवन त्याचेच बलीदान केलय. हया दृष्टीने ते या देशाला देवतुल्य असे म्हणू शकतो जो त्याग,देशभक्ती,बलीदानाचे प्रतिक बनले. कोणत्याही सद्‌ गुरांचे प्रतिक बनण आपल्यात अद्वितीय आहे. याला मानव जीवनाची सार्थकता म्हणू शकतो. ही सर्वोच्च्‌ुपलब्धी आहे. तेंव्हा भगतसिंगांच मूल्यमापन अथवा स्थान निर्धारण करणं संभव नाही. त्यांची कोणाशीही तुलना होऊ शकत नाही.शेवटी एवढेच म्हठटले जाऊ ।कते, की ते स्वत:च आपली उपमा आहेत. भगतसिंग भगतसिंगांच्या समान आहेत.

***

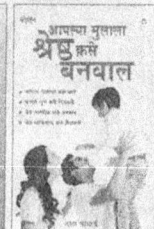

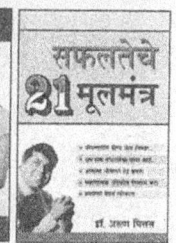
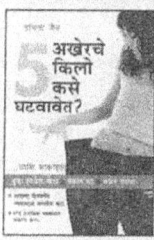

मराठी बुक्स

    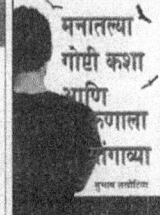

 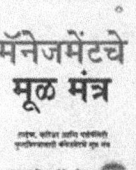   

DIAMOND BOOKS X 30, Okhla Industrial Area, Phase II New Delhi 110020
Tel : 91+11-40712100, 40716600 Fax : 011-41611866